कोकणची माणसं

दिलीपराज प्रकाशन प्रा. लि.™
२५१ क, शनिवार पेठ, पुणे - ४११०३०.
दिलीपराज प्रकाशनाची सर्व पुस्तके आता आपण Online खरेदी करू शकता.
आमच्या Website ला कृपया एकदा अवश्य भेट द्या. अथवा Email करा.
Email - diliprajprakashan@yahoo.in
www.diliprajprakashan.in

कोकणची माणसं

(व्यक्तिचित्रे)

रामचंद्र नलावडे

दिलीपराज प्रकाशन प्रा. लि.™
२५१ क, शनिवार पेठ, पुणे - ४११ ०३०.

कोकणची माणसं/Kokanchi Mansa

- **प्रकाशक -**
राजीव दत्तात्रय बर्वे
मॅनेजिंग डायरेक्टर,
दिलीपराज प्रकाशन प्रा. लि.
२५१ क, शनिवार पेठ, पुणे - ४११ ०३०
दूरध्वनी (सर्व फॅक्ससहित)
२४४७१७२३, २४४८३९९५, २४४९५३१४
Email: diliprajprakashan@yahoo.in

- **प्रथमावृत्ती -** १५ नोव्हेंबर २०१५

- **प्रकाशन क्रमांक -** २२२८

- **ISBN -** 978 - 93 - 5117 - 086 - 0

- **मुद्रक -**
Repro India Ltd,
Mumbai.

- **टाइपसेटिंग -**
अक्षरवेल
दत्तवाडी, पुणे - ४११ ०३०

- **मुद्रितशोधन -** एस. एम. जोशी

- **मुखपृष्ठ - अनिल उपळेकर**

साहित्यक्षेत्रात
मला मोलाचं सहकार्य
आणि मार्गदर्शन करणारे,
ज्येष्ठ साहित्यिक
प्रा. अनंत मनोहर यांना
कृतज्ञतापूर्वक अर्पण...

मनोगत

कोकणाला महाराष्ट्राचं नंदनवन असं म्हटलं जातं, हे आता वेगळं सांगण्याची मुळीच गरज नाही. माझा जन्म कोकणभूमीत झाला नसला, तरी माझी कर्मभूमी कोकण आहे, याचा मला फार आनंद वाटतो. महसूल खात्यात मी तलाठी म्हणून नोकरी करीत असताना माझी चार-पाच वर्षांमध्ये एका गावाहून दुसऱ्या गावात बदली होत असे. याचा मला वैयक्तिक फायदा असा झाला, की मला अनेक गावं, डोंगर, दऱ्या, खाड्या आणि वेगवेगळ्या स्वभावाची माणसं भेटली. खेडेगावात राहणाऱ्या माणसांचं जगणं मला माझ्या डोळ्यांनी पाहाता आलं. त्यांचं दु:ख, दारिद्र्य, व्यथा-वेदना पाहून मनात अस्वस्थ झालो. त्यामुळे मनात सारखं वाटायचं की, या माणसांचं जगणं आपण मराठी साहित्यात मांडायला पाहिजे.

'कोकणची माणसं' या पुस्तकात एकूण सोळा व्यक्तिचित्रं आहेत. यातील माणसं जरी सामान्य असली तरीही त्यांचं जगणं असामान्य आहे. त्यांच्या स्वभावातील विविध कंगोरे मी दाखविण्याचा प्रयत्न केला आहे. ही सर्व माणसं मला प्रत्यक्षात भेटली आहेत. त्यांच्यामुळे माझं जीवन समृद्ध झालं आहे. गरिबीत- सुद्धा त्यांनी माझ्यावर नि:स्वार्थीपणे प्रेम केलं आहे. त्यांनी माझ्यावर प्रेम, जिव्हाळा आणि आत्मीयता याचा वर्षाव केल्यामुळे या जन्मीसुद्धा त्यांचं ऋण माझ्याकडून फिटणार नाही, याची मला पूर्ण जाणीव आहे. त्यांची कृतज्ञता व्यक्त करण्यासाठीच माझ्याकडून हा अल्पसा प्रयत्न आहे. यातील सर्व पात्रं, घटना वास्तववादी आहेत. काही पात्रांची नावे मी बदलली आहेत. महसूल खात्यात मला नोकरी मिळाली नसती तर मला या लोकांचं जगणं पाहता आलं नसतं. हे मी अगदी प्रांजळपणे कबूल करीत आहे. हे पुस्तक म्हणजे माझं आत्मकथन नाही.

मराठी साहित्य क्षेत्रातील काही मान्यवरांकडून मला नेहमी प्रोत्साहन आणि मार्गदर्शन मिळत असते. यामध्ये सर्वश्री प्रा. वि. शं. चौघुले, शंकर सारडा, प्रा. दीपक घारे, सतीश काळसेकर, अविनाश कदम, दिनकर गांगल, पद्मश्री मधू मंगेश कर्णिक ऊर्फ भाई, प्रा. रामनाथ चव्हाण, शरणकुमार लिंबाळे, प्रा. अनंत मनोहर, रवी गोडबोले, विनय हर्डीकर, डॉ. गंगाधर पानतावणे, रामदास फुटाणे, अर्जुन डांगळे, डॉ. विलास वाघ, माधव गवाणकर, भालचंद्र दिवाडकर, अण्णा शिरगावकर, या सर्व मान्यवरांचे मन:पूर्वक आभार.

माझ्या अन्य पुस्तकांप्रमाणे मराठी वाचक या पुस्तकाचंदेखील स्वागत करतील, अशी मला आशा आहे.

- रामचंद्र नलावडे

अनुक्रमणिका

१

आमदार सखाराम बारगुडे

आमदार सखाराम बारगुडे याला अख्ख्या तालुक्यातील लोक चांगले ओळखत होते. वय वर्षं पंचेचाळीस, निमगोरा वर्ण, भव्य कपाळ, दाट काळेभोर भुवया नि भेदक नजर. त्याचं शरीर धडधाकट होतं. वयाच्या मानानं त्याचं पोट किंचित पुढे आलं होतं. काळ्याभोर केसांना भरपूर तेल चोपडून तो छान भांग पाडायचा. दुपारचं ऊन वाढलं की, केसांना लावलेलं तेल तोंडावर उतरायचं नि मग त्याचा गहूवर्णीय चेहरा तेलकट दिसायचा. त्याच्या अंगावर खादीचा ढगळ लेंगा नि खादीचाच सदरा असायचा. त्याच्या खांद्यावर नेहमी शबनम पिशवी अडकविलेली असे. त्याच्या त्या रुबाबाकडे तालुक्यातील लोक 'आ' वासून पाहात.

त्याचं चालणंसुद्धा नुसतं डोळ्यांनी पाहात राहण्यासारखं होतं. पाहणाऱ्यांना वाटावं की, एखादा मोठा राजकीय पुढारी रस्त्यानं चालत जात आहे. त्याच्या त्या चालण्यात ओढून-ताणून श्रीमंतीचा थाट आणला असल्यानं तो पाहणाऱ्याच्या पटकन नजरेत भरायचा. जंगलचा राजा सिंह जसा चालता चालता मागे वळून पाहतो, तसं तो रस्त्यात थोडं अंतर चालत गेल्यावर पुन्हा मागे वळून पाहायचा. ती त्याची चालताना नेहमीचीच सवय होती.

आपलं नशीब आजमाविण्यासाठी त्यानं गावातील ग्रुप ग्रामपंचायतीची एकदा नव्हे, दोनदा नव्हे, तर तीनदा निवडणूक लढविली होती. गावातील मतदारांनी

त्याला ठरवून निवडणुकीत पाडलं. एकदा तो अपक्ष म्हणून विधानसभेच्या निवडणुकीला उभा राहिला. विधानसभेच्या निवडणुकीत त्याची अनामत रक्कम- सुद्धा जप्त झाली. मग त्यानं तो नाद सोडून दिला. विधानसभेच्या निवडणुकीत त्याच्या वाटेला पराभव आला असला तरी त्याच्या गावात, तालुक्यात लोक त्याला 'आमदार' म्हणून साद घालू लागले. कुणी त्याला आमदार म्हणून साद घातली, तर तो लगेच खुलायचा. त्याची छाती आनंदानं इंचभर तरी फुगायची. तो मोरपिसासारखा आनंदानं हवेत तरंगायचा. मग त्या धुंदीत उजव्या हाताच्या दोन बोटांच्या चिमटीत अलगद जळकी पनामा सिगारेट धरून तो अगदी मनसोक्त मोठ्या रुबाबात दमदार झुरके मारायचा, मस्तीत नाका-तोंडातून धुराची वलयं हवेत सोडायचा. तो त्याच्या मस्तीत सिगारेटचे झुरके मारताना रस्त्यावर जाणाऱ्या- येणाऱ्याकडे त्याचं अगदी बारीक लक्ष असायचं. आभाळात फिरणाऱ्या घारीचं लक्ष जसं कोंबडीच्या पिल्लावर असतं तसं.

आमदार सखाराम बारगुडे कचेरीच्या समोर हातातील बोटांत धरलेल्या जळक्या सिगारेटीचे दमदार झुरके मारीत ऐटीत उभा होता. सकाळपासून एकही मासा त्याच्या गळाला लागला नसल्यामुळे तो मनात थोडा नाराज झाला होता. सकाळपासून सिगारेटचं अर्धं पाकीट ओढून रिकामं झालं होतं. दमदार झुरका मारीत असताना त्याच्या कानावर 'नमस्कार आमदारसाहेब' म्हणून कुणाचे तरी शब्द पडले. त्याचं नशीब थोर होतं नि ते त्याच्यावर जाम खूश होतं. त्याच्या डोळ्यांसमोर दोन्ही हात जोडून त्याच्या वाडीतच राहणारा परशा भोईर दीनवाणा उभा होता. आमदार मनात खूश झाला असला तरी समोर उभा असलेल्या परशाकडे भेदक नजरेनं पाहात होता. त्याला त्यानं तोंडातील पानाची पिंक रस्त्यावर टाकून अगदी करड्या आवाजात विचारलं,

"परशा, काल बायकोला दारू पिऊन का मारलंस? लई मस्ती आली का साल्या तुला?"

"माझं चुकलं आमदार, आता पुन्नींदा मी तिला कधी हात लावनार नाय बगा." परशा मनातून खूप घाबरला होता.

"साल्या, आता चुकलं म्हणतोस काय? कलम ११०, १११ खाली मी तुला पोलिसांना आत टाकायला सांगतू. चल पोलीस स्टेशनात."

आमदाराच्या तोंडातून पोलीस स्टेशनाचं नाव बाहेर पडताच परशा आणखी मनात घाबरला. तो त्याला गयावया करीत म्हणाला,

"आमदार, मी तुमच्या पाया पडतु. माझी नखाएवढाली पोरं हाईत. मी आत गेल्यावर ते उपाशी मरतील. माझ्यावर दया करा."

परशाचं बोलणं ऐकून आमदार मनात थोडा वेळ विचार करू लागला. आता सावज नेमकं त्याच्या तावडीत सापडलं होतं. ते सावज आता त्याच्या तावडीतून काही केल्या निसटून जाऊ शकत नव्हतं. त्याच्यावर आणखी थोडी दहशत बसण्यासाठी आकाशात एकमेकांवर ढग आपटावं तसं तो परशावर कडाडला -

'ठीकाय. पुन्हा असं कधी करू नकोस. एक वेळ मी तुला सोडतो. पुन्हा कधी माझ्या तावडीत सापडलास तर मी तुला सोडणार नाही, हे तू ध्यानात ठेव.''

“आमदार, तुमचं गरिबावं लई उपकार झालं बगा.”

“जा, एक मसाला पान आणि पनामा सिगारेटचं पाकीट घेऊन ये. लवकर.” आमदार त्याला फर्मान सोडीत म्हणाला.

“जातू.” त्याचे शब्द वरच्यावर झेलत परशा म्हणाला.

परशा समोर असलेल्या पानाच्या गादीकडे लगेच पळाला. परशा गेला तसा त्याच पावलीमागे वळला. सिगारेटचं पाकीट आणि मसाला पानाची पुडी खादीच्या सदऱ्याच्या खिशात ठेवून तो परशाला उपदेशाचे डोस पाजत खालच्या आवाजात म्हणाला,

“परशा, लेका तुझी बायकु म्हंजी खरोखर लक्ष्मी हाय. तिला तू तरास करू नकोस.”

“आमदार, तुमचं बोलणं खरं हाय. पर ती लई तोंडाळ हाय. म्हणून मला तिचा राग येतू.” परशा.

“अरे, ती दिसभर काम करून वैतागलेली असत्ये. मग ती तरी काय करील बिचारी? तुझ्यावर राग काढणार नाही, तर मग ती कुणावर काढेल? तूच सांग ना.”

“आमदार, तुमचं म्हणणं बराबर हाय.” परशा त्याची मान हलवत म्हणाला.

भविष्याची कधीही काळजी करायची नसते. परमेश्वरानं दिलेलं आयुष्य अगदी मजेत जगायचं असतं. हे तत्त्वज्ञान त्यानं त्याच्या अंगी बाणवलं होतं. तो कधी कसल्या काळज्या, चिंता करीत नसे. त्यानं त्याच्या तोंडातून सोडलेल्या सिगारेटच्या धुरात व्यथा-वेदनांना मूठमाती दिली होती. भविष्याची काळजी त्यात फुंकून टाकली होती.

आमदाराच्या घरात त्याची काळजी घेणारी फक्त त्याची वयोवृद्ध आई तेवढी होती. वीस वर्षापूर्वी त्याचं लग्न झालं होतं. त्याच्या बायकोचं नाव राजश्री असं होतं. राजश्रीच्या माहेरी खूप गरिबी होती, तिचं शिक्षण सातवीपर्यंत झालं होतं. आमदाराची चार खंडीची भातशेती होती. त्याचे वडील त्याच्या लहानपणी सर्पदंश होऊन मरण पावले होते. घरी इन-मीन फक्त तीन माणसं. लग्न झाल्यावर राजश्री जाम खूश होती. परंतु थोड्या दिवसांनी तिच्या सुखी संसाराला कुण्या पाप्याची वाईट नजर लागली.

लग्नानंतर राजश्री मनात खूप अस्वस्थ झाली होती. पाण्यातून काढलेल्या मासोळीगत ती अंथरुणात तळमळत असे. त्याचं कारणसुद्धा तसंच होतं. तिच्या लग्नाला तीन महिने उलटून गेले असले, तरी तिच्या नवऱ्यानं तिच्या अंगाला स्पर्शसुद्धा केला नव्हता. तिच्या मनात नवऱ्याविषयी शंका निर्माण झाली. आपला

नवरा मर्द नाही, तो नामर्द आहे. अशी राजश्रीच्या मनाची पूर्ण खात्री झाल्यावर एके दिवशी ती तिच्या नवऱ्याला रागानं मोठ्या आवाजात म्हणाली,

"अवं, मला आता या घरामंदी ऱ्हायाचं न्हाय. मी माझ्या माह्येरी जात्ये."

"का?" आमदार संभ्रमात पडला होता.

"त्ये काय तुमास्नी म्हाईत न्हाय? मी त्ये तुमास्नी सांगायला पाह्यजे?"

"राजश्री, तुला माझ्या घरात काय कमी हाय? धनधान्य हाय, शेतीवाडी हाय, पैका हाय. आनीक तुला काय पाह्यजे? बोल." जाब विचारल्याप्रमाणे आमदार तिला म्हणाला.

"ऐकलंव, तसं मला या घरात काय बी कमी न्हाय. तरीसुदीक मी तुमाला खरं त्ये सांगत्ये. मला सुदीक मन हाय, बाईमान्साच्या भावना हाईत. मुक्या जनावरापरमानं मला माझ्या वासना मारता येत न्हाय. तुमी नामर्द हाव म्हणून मला जर लग्नाच्या आधी कळलं अस्तं, तर मी तुमच्यासंगट लगीन करायला मुळीच तयार झाले नसते. तुमी माझ्या जन्माचा इस्कोट केलाव, तुमचं कधी चांगलं होणार न्हाय. हिथं ऱ्हावून सुदीक मला त्याचा काय उपेग? त्यापरास मी माझ्या आईस-बापसाकडे सुकानं तरी ऱ्हाईन. माझं लगीन झालंच न्हाय असं मी समजन." राजश्री तिच्या डोळ्यांतून टिपं गाळीत म्हणाली.

"जातीस तर जा. माझ्याकडून तुला एक दमडी सुदीक मिळायची नाय."

"कसं मला मिळणार न्हाय ते मी बगेन. त्याचं मी आधी काय सांगू?"

"तू मला कोर्टात खेचणार आहेस?"

"तशी माझ्यावर येळ आली, तर मी ते बी करीन. मला फसवून तुमी माझ्याशी लगीन केलं हाय, त्याचा जाब तुमाला आता कोर्टात द्यावा लागणार हाय, मी तुमाला सोडणार न्हाय, माझा शाप तुमाला लागंल."

नवऱ्याची खरडपट्टी काढून राजश्रीनं त्याच क्षणी त्याचं घर सोडलं. बायको माहेरी कायमची निघून गेल्यावर आमदाराने दीर्घ नि:श्वास सोडून पनामा सिगारेट शिलगावली. मनाचा निचरा होईपर्यंत त्याचे झुरके मारीत तो नाका-तोंडावाटे धुरांची वलयं हवेत सोडू लागला. रागानं माहेरी निघून गेलेली बायको पुन्हा आपल्या घरी येईल, याची आशा त्यानं सोडून दिली होती. त्या दिवसापासून त्याच्या जीवनाचा नवीन अध्याय सुरू झाला होता. बायकोशिवाय आता जगायचं म्हणून त्यानं त्याच्या मनाचा निर्धार केला.

राजेश्री माहेरी आल्यावर ती तिच्या आईवडिलांच्या गळ्यात पडून 'माझ्या संसाराचा इस्कोट झाला' म्हणत दु:खानं रडली. दुसऱ्या दिवशी ती लगेच आई-

वडिलांना सोबत घेऊन तालुक्याला वकिलाकडे गेली. पोटगीसाठी तिनं तालुक्याच्या कोर्टात दावा दाखल केला, कोर्टानं तिला पोटगी मंजूर केली. बायको आपल्याला सोडून गेली म्हणून आमदार काळजी करीत बसला नाही. कठोर मन करून त्यानं तिला त्याच्या आयुष्यातून वजा करून टाकलं. प्रत्येक महिन्याला कुणाला तरी टोपी घालून त्याला सोडलेल्या बायकोला पोटगीची रक्कम पाठवावी लागे. एखाद्या महिन्यात पोटगीच्या रक्कमेची तारीख चुकली की, राजश्री लगेच कोर्टाकडे धाव घ्यायची. एक-दोनदा आमदाराला कोर्टाकडून समन्ससुद्धा बजावण्यात आलं होतं.

भरल्या घरातून सून निघून गेल्यामुळे त्याच्या म्हातारीला काळजीनं घेरलं. आमदाराच्या भविष्याची चिंता तिला लागली होती. आपल्या मागं याचं कोण बगणार? म्हणून ती त्याची दिवस-रात्र काळजी करू लागली. एकदा सखाराम बारगुडे तिला तिची काळजी दूर करण्यासाठी आवाज मोठा करून म्हणाला,

"म्हातारे, तू माझी काळजी करू नकोस. माझं जेवान तू केलं नाहीस तरी चालेल, मी हॉटेलात जेवून येईन."

"लेका, तू बाहीर सोन्याचा घास जरी खाल्लंस तरी तुला माझ्या हातचं जेवाण भरविल्याबिगार माझ्या जिवाला चैन पडणार न्हाय बग. माझं आईचं काळीज हाय. तुला मी कशी रं समजावू?"

म्हातारीचं बोलणं ऐकून आमदाराचं काळीज हललं. घसा खाकरून तो तिला वचन देत म्हणाला,

"म्हातारे, राती मी कुठं बी जेवणार नाय. किती बी उशीर झाला तरी तुझ्या हातचं जेवण्यासाठी मी घरला येईन."

"माझ्या सोन्या, तुला माझी बी उमर मिळू दी. त्या भगवंताला माझं हात जोडून पारथना हाय."

म्हातारी थरथरत्या हातानं लेकाचा आलाबला घेत म्हणाली.

आमदार सखाराम बारगुडे हा शेतकऱ्याचा मुलगा असला तरी त्यानं कधीही त्याच्या हातात नांगर धरला नव्हता. 'माझा जन्म नांगर धरण्यासाठी झाला नाही,' असं तो लोकांना फुशारकी मारीत सांगायचा. जून महिन्यात शेतीची कामं करण्यासाठी त्याच्या गावातील लोकांची खूप धांदल उडायची. हा पठ्ठ्या कचेरीच्या समोर गळाला मासा लागण्यासाठी नाका-तोंडांतून सिगारेटीचा धूर सोडीत तासन्‌तास उभा राहायचा. पक्षकारांच्या सोबत गप्पा मारायचा. भाजावणीच्या दिवसांत शेतकरी त्यांच्या शेतात कवळ-काठी टाकून धूर काढीत. हा त्यावेळी नाका-तोंडातून सिगारेटचा धूर काढून त्याची वलयं हवेत सोडायचा.

आमदार सखाराम बारगुडे हा शेती गहाण ठेवून त्यावर कर्ज काढण्यासाठी-सुद्धा पटाईत होता. त्याच्या मालकीची वडिलोपार्जित खलाटीची बरीच भातशेती त्यानं त्याच्या जिवाची चैन करण्यासाठी तालुक्याच्या भू-विकास बँकेकडे गहाण टाकली होती. कर्ज वसुलीकरिता भू-विकास बँकेच्या अधिकाऱ्यांनी त्याच्यामागे तगादा लावला, तर हा तिकडे कानाडोळा करायचा, बँकेचे अधिकारी वसुलीसाठी आले, तर हा घरात पोटमाळ्यावर लपून बसायचा. दोन-तीन वेळा असा चोर-शिपाईचा खेळ झाल्यावर कधीतरी एकदा त्याची आणि बँक अधिकाऱ्याची त्याच्या घरात भेट व्हायची. चोर तो चोर नि वर शिरजोर. एकदा आमदार बँक अधिकाऱ्याला मोठ्या आवाजात दमदाटी करत म्हणाला.

"साहेब, तुम्ही नेहमी नेहमी घरात येऊन मला का त्रास देताय? आम्ही गरीब शेतकरी. कणगुल्यात खायला भात भरून ठेवतो, तसं पैसे भरून ठेवत नाही. ही काय तुमच्या वसुलीची रीत झाली का?"

"आमदार, आम्हालासुद्धा वसुलीसाठी वरून तगादे येतात. वसुली पूर्ण झाली नाही, तर आमच्या वरिष्ठांना आम्ही काय सांगणार? तुम्हीच मला सांगा."

"तुमच्या साहेबाला काय सांगायचं ते तुमचं तुम्ही ठरवायचं. मला ते सांगायचं नाही. तुमच्या नावानं मी चिठ्ठी लिहून ठेवतो नि गळ्याला फास लावून आत्महत्या करतो. 'तुम्ही मला मानसिक त्रास दिल्यामुळे मी आत्महत्या करीत आहे,' असं मी त्या चिठ्ठीत लिहून ठेवणार आहे. मग तुमचे कसे बारा वाजतात ते तुम्ही नुसतं बघत रहा."

आमदाराचं बोलणं ऐकून बँक मॅनेजरची हवा तंग झाली. त्याचं काळीज त्याच्या शब्दांनी लक्कन हललं. भीक नको पण कुत्रं आवर, अशी त्या बिचाऱ्या बँक मॅनेजरची गत झाली होती. तो झटक्यात ताळ्यावर आला नि आमदाराचे पाय धरीत त्याची मन धरणी करीत म्हणाला,

"आमदार, तुम्ही असं काही करू नका. माझी नोकरी जाईल आणि मला तुरुंगात खडी फोडायला जावं लागेल, माझीसुद्धा बायको-मुलं आहेत, तुम्ही आत्महत्या करण्याचं खूळ तेवढं डोक्यातून काढा. यापुढे आम्ही तुम्हाला वसुलीसाठी कधीही त्रास देणार नाही."

बँक मॅनेजरची आता तंतरली म्हणून आमदार मनात चेकाळला. आत्महत्या करण्याइतका तो मुळीच भेकड नव्हता. बँक मॅनेजरला घाबरविण्यासाठी त्यानं तशी शक्कल लढविली होती. त्या बँक मॅनेजरनं त्याच्यापुढे सपशेल शरणागतीच पत्करली होती. बँक मॅनेजर घाबरल्याचं पाहून आमदार त्याला म्हणाला,

"मॅनेजर, माझं एक तुमच्याकडे छोटं काम आहे. ते तुम्ही कराल का?"

"नक्की करेन." मॅनेजर.

"माझं घर मोडकळीस आलं आहे. ते मला दुरुस्त करायचंय. घर दुरुस्तीसाठी तुम्ही मला आणखी रुपये वीस हजार कर्ज म्हणून द्या. सगळे पैसे मी फेडेन. बँकेचा नवा पैसादेखील मी बुडविणार नाही. तुम्ही माझ्यावर विश्वास ठेवा."

आमदाराचं बोलणं ऐकून बँक मॅनेजरला अक्षरश: घाम फुटला. त्याला काही बोलता येईना. थोड्या वेळानं रुमालाने कपाळावरचा घाम पुसत तो घोगऱ्या आवाजात आमदाराला म्हणाला,

"आमदार, तुमच्याकडे बँकेची थकबाकी आहे. ती थकबाकी फेडल्याशिवाय तुम्हाला पुन्हा कर्ज मिळणार नाही."

"अस्सं. मग माझ्या आईच्या नावे कर्ज प्रकरण तयार करा. त्यात तुम्हाला कसली अडचण येणार नाही." आमदार.

"पाहतो बरं."

"मॅनेजर, पाहतो नाही. एवढं तुम्ही माझं काम कराच. तुमचं जे कमिशन असेल, ते मी लगेच द्यायला तयार आहे. मी शब्द दिल्यावर पाळतो."

झक मारली नि आपण या नाठाळ माणसाकडे वसुलीसाठी आलो, असं त्या बिचाऱ्या बँक मॅनेजरला वाटू लागलं. पिंजऱ्यात अडकलेल्या एखाद्या प्राण्याप्रमाणे त्याची गत झाली होती.

आमदार सखाराम बारगुडे पायाला चाक बांधून दिवसभर पोलीस स्टेशन, तहसील कार्यालय आणि पंचायत समितीच्या आवारात पक्षकार धुंडाळत फिरायचा. लहर आली की मध्येच रस्त्यात थांबायचा. डावा हात कमरेवर ठेवून उजव्या हातानं जळक्या सिगारेटचे ऐटीत झुरके मारून धुरांची वलयं हवेत सोडायचा. एखाद्या नवख्या माणसाला वाटे की, हा कुणीतरी तालुक्यातील राजकीय बडा पुढारी आहे. त्याच्या मनात कसली म्हणून भीती नसायची. तो कुणाला घाबरतदेखील नसे. सगळ्यांच्या बारशाच्या घुगऱ्या खाल्ल्यागत त्याचा तोरा असे.

त्याच्या तावडीत सापडलेला सहसा कधी सुटायचा नाही. मग तो एखादा सनदी अधिकारी असो किंवा एखादा मंत्री असो. तो त्यांच्या समोर बिनदिक्कत जाऊन उभा राहाणारच.

एकदा तालुक्याला भेट देण्यासाठी कलेक्टर आले होते. हा त्यांच्या समोर जाऊन उभा राहिला नि त्यांना जाब विचारल्याप्रमाणे म्हणाला,

"साहेब, वडगावच्या देऊळवाडीत तुम्ही पाण्याचा टँकर कधी पाठविणार

आहे, ते सांगा. नाहीतर मी तहसील कार्यालयावर मोर्चा आणतो.''

त्याचं बोलणं ऐकून कलेक्टरसाहेबांनी लगेच फर्मान सोडलं. वडगावच्या देऊळवाडीकडे पाण्याचा टँकर रवाना झाल्यावर आमदार लोकांना त्याबद्दल फुशारकी मारीत सांगू लागला.

तालुक्याच्या तहसीलदाराला एकदा चांगला धडा शिकवायचं, असं आमदाराच्या खूप दिवस मनात होतं. एकदा ती संधी त्याला अगदी चालून आली. तहसील कार्यालयात अनेक चकरा मारूनसुद्धा नारायण राणीम याला त्याच्या नावे रेशनकार्ड मिळत नव्हतं. तहसील कार्यालयाच्या पुरवठा शाखेतून त्याला कधी रहिवाशी असल्याबद्दल सरपंचाचा दाखला आणायला सांगत, तर कधी गावाच्या पोलीस पाटलाचा दाखला आणायला सांगत. त्यामुळे नारायण राणीम घायकुतीला आला होता. आमदार सखाराम बारगुडे याच्या कानावर ही बातमी गेल्यावर त्यानं त्याला थेट तहसीलदारांच्या समोर नेऊन उभा केला नि त्यांना करड्या आवाजात विचारलं,

''साहेब, या गरीब माणसाला तुम्ही रेशनकार्डसाठी किती दिवस चकरा मारायला लावणार आहात? काम होत नसेल, तर तसं तुम्ही मला सांगा. मी कलेक्टरांना भेटतो. या गरीब माणसाची तुम्हाला कदर आहे की नाही?''

''अहो, आम्ही त्यांना रेशनकार्ड द्यायला तयार आहोत. परंतु त्यांची कागदपत्रं अपूर्ण आहेत. ती त्यांनी पूर्ण करून द्यावीत.'' तहसीलदार त्याला समजावीत म्हणाले.

''साहेब, कागदपत्र पूर्ण करून घेण्याची जबाबदारी तुमच्या लोकांची आहे. त्यासाठी तुम्हाला सरकारकडून पगार मिळतो. तुमचे पुरवठा शाखेतील लोक काय नुसत्या खुर्च्या उबवायला बसलेत?'' आमदाराचा आवाज अचानक मोठा झाला होता.

''ठीकाय. देतो रेशनकार्ड. आधी तुम्ही शांत व्हा पाहू.'' तहसीलदार नमतं घेत म्हणाले.

''आताच्या आता या गरीब माणसाला त्याचं रेशनकार्ड मिळायला पाहिजे. कामं सोडून गरिबांना कचेरीत चकरा मारायला वेळ नाही. गाडीखर्चालासुद्धा त्यांच्याकडे पैसा नसतो. तुम्हा लोकांना त्याचं अजिबात सोयरसुतक नाही.''

तहसीलदारांच्या वातानुकूलित दालनात एवढं सगळं रामायण-महाभारत घडल्यावर नारायण राणीमच्या हातात तासाभरात त्याच्या नावे नवीन रेशनकार्ड मिळालं. खूश होऊन दोघंही हसत हसत देशीबारच्या रस्त्याला लगेच लागले.

'दाने दाने पे लिखा है खानेवाला का नाम' अशी हिंदीत सुंदर म्हण आहे.

चैनीसाठी आमदाराला कधी पैशासाठी अधिक वेळ वाट पाहावी लागली नाही. त्याचा खिसा जसा रिकामा होत असे तसा तो थोड्या वेळानं भरायचादेखील. ज्योतिषानं त्याचा हात पाहून त्याला सांगितलं होतं की, 'तुला पैसा भरपूर मिळेल. परंतु तो तुझ्याकडे टिकणार नाही.' त्याची आमदाराला रोज प्रचिती येत होती.

अपघात घडल्याची वार्ता ऐकून आमदाराला आनंदानं उकळ्या फुटायच्या. मुंबई-गोवा या क्रमांक सहासष्ट राष्ट्रीय महामार्गावर आठवड्यातून एक-दोनदा तरी हमखास अपघात होत असत. अपघातात माणसं दगावल्यावर पोलीस पंचनामा करून वाहन चालकाला अटक करीत आणि त्याच्यावर फौजदारी स्वरूपाचा गुन्हा दाखल करीत. वाहनचालक परराज्यातील असल्यावर त्याला जामीनदार मिळण्यासाठी अडचणी येत असत. मुंग्यांना गुळाची ढेप कोठे आहे, याची वर्दी द्यावी लागत नाही किंवा आकाशात फिरणाऱ्या घारी-गिधाडांना मेलेल्या जनावराचं मांस खाण्यासाठी आमंत्रण द्यावं लागत नाही. त्यांना त्याचा लगेच सुगावा लागतो.

राष्ट्रीय महामार्गावर अपघात झाल्याचं कळताच आमदार सखाराम बारगुडे पनामा सिगारेटचे झुरके मारीत ऐटीत पोलीस स्टेशन समोर उभा राहायचा. पाण्यात डोळे मिटून उभा राहिलेला बगळा जसा माश्यावर बारीक लक्ष ठेवून असतो, तसं त्याचं लक्ष त्या अपघातग्रस्त ट्रक ड्रायव्हरकडे असायचं. महामार्गावरील ट्रक ड्रायव्हर बहुतेक सरदारजी असत. आमदार आता त्यांची कामचलाऊ भाषासुद्धा शिकला होता. कधीकधी तो स्वत: ट्रक ड्रायव्हरजवळ जाऊन त्यांना नमस्कार करीत म्हणायचा,

"सत श्री अकाल, पापाजी."

"सत श्री अकाल," सरदारजीच्या तोंडातून कसेबसे शब्द बाहेर येत.

"क्या बात है जी । बहोत परेशान दिखते हो।।

"हाँ जी, हमारा ट्रक का अक्सिडंट हो गया है । एक आदमी मर गया । इसलिए पोलीस का लफडा हो गया है ।

"तो क्या हुआ? डरने का नही।।

"अरे भाई, हमारे पे पुलीस केस हुआ है । हमको अभी अटक होनेवाली है ।।

"सरदारजी, तुमको जमानत मंगता है क्या, बोलो।"

"हां जी । तुम्हारा बहोत उपकार होगा । इस मुलूख में हम नये है ।"

"देखो सरदारजी, मैं समाज सेवक हूँ । हमको सब मालूम पडता है । तुमको मदत करना यह हमारा काम है ।" आमदार त्याला लोणी लावत म्हणे.

"आपसे मिलकर बहोत खुशी हुई । इसी बात से हम अभी परेशान थे ।"

''लेकिन पापाजी, हमारी एक मामुली मांग है। वो मांग तुमको पुरी करनी पडेगी ।''

''हमको मंजूर है। बोलो।''

मरता क्या नहीं करता। अशी गत बिचाऱ्या त्या सरदारजीची आधीच झालेली असायची. त्यामुळे तो अधिक आढेवेढे घेत नसे. आमदार पोटावर हात ठेवून त्याला पुढे म्हणायचा,

''पापाजी, मै समाज सेवक हूँ। लेकिन मेरा भी पेट है। इस पापी पेट का सवाल है। इस काम के लिए तुम हमको पाच हजार रुपये दो । मै तुम्हारा काम अभी करूँगा।

आमदाराची पैशाची मागणी ऐकून त्या सरदारजीला लगेच घाम फुटायचा. मग थोडी घासाघीस होऊन रक्कम कमी केली जायची. काही वेळा त्या सरदारजींच्याकडे त्याला देण्यासाठी तेवढे पैसे नसायचे. मग ते लोक त्यांच्या हातातील अंगठी, गळ्यातील चेन गहाण ठेवून त्याला पैसे देत. कोऱ्या करकरीत नोटा हातात आल्यावर आमदार मोरपीस होऊन हवेतच आनंदानं तरंगू लागायचा. 'दुनिया झुकती है, लेकिन झुकानेवाला चाहिए', असं तो आनंदानं बेभान होऊन मनातल्या मनात म्हणायचा.

नोटा खिशात कोंबून तो मोठ्या रुबाबात जामीन राहण्यासाठी पोलीस स्टेशनची पायरी चढायचा नि त्या ठिकाणी ड्युटीवर असलेल्या ठाणे अंमलदाराला करड्या आवाजात म्हणायचा,

''काळे, मी या सरदारजीला जामीन राहायला तयार आहे. जामीन कसबा पूर्ण करा नि त्या बिचाऱ्या सरदारजीला लगेच सोडा. ही माझ्या जमिनीच्या शेतसाऱ्याची पावती नि ही घरपट्टीची पावती.''

जामीन-कसबा पूर्ण करण्यासाठी ठाणे अंमलदार काळे यांची धांदल उडायची. जामीन-कसबा पूर्ण झाल्यावर आमदार सखाराम बारगुडे त्यावर झोकदार मराठीत त्याची सही ठोकून 'अच्छा पापाजी', 'अच्छा काळेसाहेब' म्हणत त्या पोलीस स्टेशनची पायरी उतरायचा.

भविष्याची त्याला बिलकुल काळजी नव्हती. आलेला क्षण भरभरून जगायचं, एवढंच त्याला माहीत होतं. त्याच्या खिशात नोटा आल्यावर त्याची पावलं आपोआप देशी दारूच्या दुकानाकडे वळत. त्याच्यासोबत नेहमी एक दोन पंटर असत. दारूचा घोट रिचवत बिर्याणीवर आडवा हात मारल्यावर स्वारी रिक्षा करून थेट घर गाठायची. बिचारी म्हातारी डोळ्यांत झोप घेऊन त्याची वाट पाहत दरवाज्याजवळच बसलेली असे. गडद अंधारात 'म्हातारे' म्हणून त्यानं मारलेली हाक ऐकून तिचा

जीव भांड्यात पडायचा. 'सखाराम, आलास माझ्या बावा' म्हणत ती गुडघ्यावर भार देऊन वर उठायची. मग ती त्याच्या जेवणाची चौकशी करायची. तो बाहेर जेवून आल्यावर ती कातर आवाजात 'देवा ऽऽ देवाऽऽ' करीत अंथरुणावर पडायची.

शारीरिक उणीव असल्यानं आमदार कधी कुठल्या बाईच्या नादी लागला नाही. ती उणीव त्यानं दारू, मटका, जुगार, पान-तंबाखू आणि सिगारेट इत्यादी व्यसनात पुरेपूर भरून काढली. त्याची रोजची मिळकतसुद्धा बऱ्यापैकी होती. लक्ष्मी त्याच्या घरी जरी पाणी भरत असली, तरी कधीकधी त्याच्या खिशात एक छदामसुद्धा नसायचा. त्यानं त्याला मिळालेला पैसा जपून ठेवला असता, तर गावात रंगीत माडीचं घर बांधलं असतं. परंतु दुर्दैवानं, सटवीनं त्याच्या भाळी ते सुख लिहिलं नव्हतं.

माझ्या नोकरीची सुरुवात आमदार सखाराम बारगुडे याच्या गावी झाली होती. पूर्वी त्याला तगाई कर्ज दिलं होतं. त्याच्या वसुलीसाठी मी त्याच्या घरी त्याला भेटण्यासाठी जात असे. त्यानं सरकारी तिजोरीत अद्याप एक नवा पैसा- देखील भरला नव्हता. त्याला नोटीस काढूनसुद्धा तो दाद देत नसे. मी त्याच्या घरी गेलो की, तो मागील दारानं पसार व्हायचा.

एकदा तो त्याच्या घरात शिरताना पाहून मी त्याच्या पाठोपाठ त्याला भेटण्यासाठी गेलो. आमदाराच्या ते लक्षात आल्यावर तो बाहेर आला नाही. त्याची वयोवृद्ध आई काठी टेकत ओटीवर आल्यावर मी तिला विचारलं,

"आजी, आमदार आहेत का?"

"न्हाय बा. त्यो अजून पावोत घरात आला न्हाय. त्यो कवा बी घरला येतू."

"आजी, ते घरात शिरताना मी माझ्या डोळ्यांनं पाहिलंय."

"अवं, मी कशापाय त्याला घरात नोकून ठेवू? तो गट आता करपा असता तर तुमच्या समुर आणून मी त्याला हुभा केला अस्ता."

मी घरातून बाहेर पडत नाही, असं लक्षात आल्यावर थोड्या वेळानं घुश्शातच आमदार माझ्यासमोर येऊन उभा राहिला. मी नोकरीत अगदी नवखा होतो, त्याला टक्कर द्यायला मी असमर्थ होतो. पोलीस इन्स्पेक्टर, तहसीलदार आणि बीडीओ यांची तो हवा तंग करीत असे. मी म्हणजे त्याच्या लेखी किस झाड की पत्ती आवंढा गिळून त्यानं मला करड्या आवाजात विचारलं,

"काय काम आहे? माझ्या म्हातारीला तुम्ही दमदाटी का करताय?"

"मी आजीला दमदाटी केली नाही."

"तुम्ही म्हातारीला माझ्या समोर दमदाटी केलीय. ती सीक हाय. मी आताच

तहसीलदारांच्याकडे जातो आणि त्यांनाच याचा जाब विचारतो.''

तो असं म्हणल्यावर मी थोडं नमतं घेत त्याला खालच्या आवाजात म्हणालो,

''अहो, तुम्ही तसं काम करू नका. मी अजून नोकरीत नवीन आहे.''

माझं म्हणणं त्याला पटलं. त्यानं मला पुन्हा एकदा रोखून पाहत विचारलं.

''तुम्ही माझ्याकडे का आलात?''

''तगाई वसुलीसाठी.''

''मी आताच तगाईची सगळी थकबाकीची रक्कम तहसील कार्यालयात जमा करून आलोय.''

आमदाराच्या बोलण्यावर माझा अजिबात विश्‍वास नव्हता. खोटं बोलण्यात अख्ख्या गावात त्याचा कुणीही हात धरत नसे. त्याच्यावर मला अविश्‍वाससुद्धा दाखविता येईना. थोडा वेळ मी संभ्रमात पडलो. आवंढा गिळून मी त्याला पुढे म्हणालो,

''ठीकाय. मी तहसील कार्यालयात त्याची लगेच चौकशी करतो.''

मी घराच्या बाहेर पडत असताना माझ्या कानावर मागून त्याचा आवाज ऐकू आला.

''तेवढी मला तगाई रक्कम भरणा केल्याची पावती आणून द्या.''

''त्याची काळजी करू नका. ती माझी जबाबदारी.''

ऑफीसमध्ये येऊन मी साहेबांना विचारलं.

''साहेब, आमदारानं तगाईची रक्कम आपल्याकडे आणून दिलीय का?''

माझं बोलणं ऐकून साहेबांनी कपाळावर हात मारून घेतला. तेव्हा मला माझी झालेली चूक कळून चुकली. साहेबांच्याकडे तगाईचे पैसे दिले म्हणून त्यानं चक्क मला खोटं सांगितलं होतं. साहेबांच्या समोर खजील होण्याशिवाय माझ्याकडे अन्य कोणताही पर्याय नव्हता.

■ ■ ■

२

दीपक

सकाळचे अकरा वाजून गेले होते. उन्हं तापली होती. मी माझ्या तलाठी कार्यालयामध्ये माझं काम करीत बसलो होतो. तलाठी कार्यालयासमोर दत्ताचं देऊळ होतं. शाळेला सुट्टी असल्यामुळे देवळाच्या मागे मोकळ्या शेतात मुलं क्रिकेट खेळत होती. इतक्यात मुलांनी गोंधळ घालायला सुरुवात केली. त्यांच्या आरडाओरडीमुळे माझं कामात लक्ष लागेना. मुलांना शांत करण्यासाठी मी बसलेल्या खुर्चीतून उठलो आणि मंद पावलं टाकत दरवाजाच्या बाहेर आलो.

माझ्या डोळ्यांसमोर चार-पाच मुलं एका मुलाला मारहाण करीत होती. मार खाणारा मुलगा त्यांना तोंडातील थुंकी उडवीत अर्वाच्य शिव्या देत होता. ते दृश्य पाहून मी एक क्षणसुद्धा वाया न घालविता धावत जाऊन मार खाणाऱ्या मुलाची सुटका केली. मार खाणारा मुलगा माझ्या परिचयाचा नव्हता. मी त्याला या पूर्वी वाडीत कधीही पाहिलं नव्हतं. इतर सर्व मुलं माझ्या चांगल्या परिचयाची होती. मी त्यांना नावानं ओळखत होतो, मला 'काका' म्हणत ती मुलं कधीकधी माझ्या कार्यालयातदेखील येत असत, माझ्याशी छान गप्पा मारीत.

मार खाणारा मुलगा भेदरलेला होता. मुलांच्या तावडीतून सुटका झाल्यावर तो माझ्या पाठीमागे येऊन लपला. आवाज मोठा करून मी एका मुलाला विचारलं,

"किरण, तुम्ही याला का मारताय?"

"काका, हा आमचा बॉल लपवतो." किरण नाक फेंदारून म्हणाला.

माझ्या मागे लपलेल्या त्या मुलाच्या हाताला धरून मी त्याला समोर उभा केला. त्याच्या पाठीवर मायेनं हात फिरवीत मी त्याला अगदी मृदू आवाजात विचारलं,

"बाळ, तुझं नाव काय आहे?"

तो घाबरलेला मुलगा त्याच्या पायाच्या अंगठ्याकडे पाहत माझ्या समोर उभा होता. माझं बोलणं ऐकूनसुद्धा त्यानं तोंडातून ब्रसुद्धा काढलं नाही. मी त्याला बोलतं करण्यासाठी पुन्हा म्हणालो,

''घाबरू नकोस. आता तुला कुणी मारणार नाही. मला तुझं नाव सांग पाहू.''

''माझं नाव दीपक.'' वर न पाहताच त्यानं त्याचं नाव सांगितलं.

''दीपक, तू या मुलांचा बॉल का लपवतोस?''

''मग ही मुलं मला त्यांच्यात खेळायला का घेत नाहीत?'' मान वर करून तो रागानं मला म्हणाला. त्या मुलांच्याकडे वळून मी त्यांना विचारलं,

''मुलांनो, तुम्ही दीपकला खेळायला का घेत नाही?''

''काका, याला अजून बॅट नीट धरता येत नाही. म्हणून आमी याला खेळायला घेत न्हाय.'' गळणारं नाक सदऱ्याच्या बाहीनं पुसत वैभव म्हणाला.

''दीपक, त्यांची मॅच आहे. आपण दोघं संध्याकाळी खेळू. आपल्या दोघांमध्ये यांना कुणाला घ्यायचं नाही.'' मी त्याला समजावीत म्हणालो.

माझं बोलणं ऐकून दीपक खूश झाला. माझा हात घट्ट पकडून त्यानं मला अत्यानंदानं पुन्हा विचारलं,

''काका, खरंच आपण दोघं संध्याकाळी क्रिकेट खेळायचं?''

''हो, हो. अगदी नक्की.'' मी त्याला वचन देत म्हणालो.

कानात वारं शिरलेल्या वासराप्रमाणे दीपक माझं बोलणं ऐकून आनंदानं उड्या मारू लागला. त्याच्या अंगावर मळके नि फाटलेले कपडे होते, त्याच्या अंगात ढगळ सदरा होता, त्या सदऱ्याला वरची दोन-तीन बटणं नव्हती. त्याच्या अंगावर मळ साचला होता. सुकलेल्या गवताप्रमाणे त्याच्या डोक्यावरचे केस दिसत होते, तो अस्वच्छ असल्यानं त्याच्या अंगातून घाण वास येत होता. त्यामुळे मुलं त्याला नेहमी चार हात दूर ठेवत. तो मुलांना घाणेरड्या शिव्या देत त्यांच्या मागे हातात दगड घेऊन लागायचा. या त्याच्या करामतीमुळे मुलं त्याला त्यांच्यात खेळायला घेत नसत.

दीपकनं माझा हात त्याच्या हातात घट्ट पकडून ठेवला होता. मी त्याला माझ्या तलाठी कार्यालयात घेऊन आलो. त्याच्या हातात पाण्याचा तांब्या देऊन मी त्याला हात धुवायला सांगितलं. दीपक हात धुण्यासाठी बाहेर गेला. हात धुऊन तो माझ्या समोर लाकडी बाकावर ऐटीत बसला. आता आपल्याला काहीतरी खायला मिळणार म्हणून त्याला आनंद झाला होता. त्याचा निरागस चेहरा आनंदानं उजळून गेला होता. मी त्याच्यासमोर माझ्या दुपारच्या जेवणाचा डबा ठेवला. दोन-तीन दिवसांचा उपाशी असल्याप्रमाणे दीपक डबा हातात घेऊन तोंडात घास घालू लागला. तो बकाबका खाताना पाहून मी त्याला म्हणालो,

''दीपक, सावकाश खा. ठसका लागेल.''

माझ्या बोलण्याकडे दीपकनं मुळीच लक्ष दिलं नाही. त्याचं संपूर्ण लक्ष खाण्याकडे होतं. तो घासावर घास तोंडात कोंबत होता. ते पाहून मला त्याची गंमत वाटत होती नि त्याची दयासुद्धा येत होती. त्याचं खाऊन झाल्यावर तो वर तोंड करून तांब्यातील घटाघटा पाणी प्याला नि सदऱ्याला तोंड पुसत आंब्याच्या झाडाखाली एकटाच खेळायला गेला.

मी माझ्या ओळखीच्या माणसाकडे दीपकची चौकशी केली. त्यांच्याकडून मला थोडी दीपकची माहिती मिळाली. दीपक थोडा मंदबुद्धीचा, वेडसर होता. वाडीत त्याची आत्या राहत होती. आत्याकडे दीपक काही दिवसांपूर्वीच राहायला आला होता. त्याच्या आत्याच्या नवऱ्याला लोक 'चाकरमानी' म्हणून साद घालीत. त्याच्या आत्याला कमी ऐकू येत होतं म्हणून तिलासुद्धा लोक 'बहिरी' म्हणून साद घालीत. दीपकच्या आईला त्याच्या बापानं तिचं परपुरुषाशी अनैतिक संबंध आहेत म्हणून तिच्या अंगावर रॉकेल ओतून तिला जाळून टाकलं होतं. ती हृदयद्रावक घटना दीपकनं स्वत:च्या डोळ्यांनी पाहिली होती. कोर्टानं त्याची साक्ष ग्राह्य मानून त्याच्या बापाला जन्मठेपेची शिक्षा ठोठावली. आई देवाघरी निघून गेली. जन्माला घालणारा बाप तुरुंगात सजा भोगायला गेला. मुलं निराधार झाली. भाऊ तुरुंगात गेल्यावर बहिरी त्याच्या मुलांना आधार देण्यासाठी तिच्याकडे घेऊन आली.

दीपकला एक छोटा भाऊ होता. तो त्याच्यापेक्षा दोन वर्षांनी लहान होता. त्याचं नाव 'संदेश' असं होतं, तो मराठी शाळेत शिकत होता, तो बुद्धिमान आणि हुशार होता. शाळेतील सांस्कृतिक कार्यक्रमामध्ये तो नेहमी भाग घ्यायचा. नाटकात काम करायचा, गाणी म्हणायचा. त्यामुळे शाळेतील शिक्षकांची त्यानं मर्जी संपादन केली होती.

शेतीच्या आणि घरातील कामात बहिरीला स्वयंपाक करायला उशीर होई. दुपार झाली, की दीपकच्या पोटात कावळे ओरडायला सुरुवात व्हायची. दीपकची आणि माझी ओळख झाल्यापासून कधीकधी मी त्याला माझा डबा खायला द्यायचो. दुपार झाली, की माझं लक्ष त्याच्याकडे जाण्यासाठी तो माझ्या ऑफिसच्या अवतीभोवती भसाड्या आवाजात भजनं म्हणत घोटाळत असे. माझा साळवी नावाचा कोतवाल त्याला माझ्या ऑफीसकडे फिरकू द्यायचा नाही. त्याला कधी त्याची दया आलीच तर तो त्याला शेलक्या शिव्या देत म्हणायचा,

"रांडच्या, लई आरडू नकूस. ये आता आत. गीळ आणि हाफिसाच्या लगीच बाहीर पड. तुझ्या मायला, प्वॉटात तुज्या काय खवीस शिरलाय?"

दुपारच्या जेवणाच्या सुट्टीत मी आणि दीपक एकत्र बसून माझ्या डब्यातील

भाजी-चपाती खायचो. सकाळी घरातून निघताना मी त्याच्यासाठी डब्यात जादा चपात्या घ्यायचो. माझं जेवण वाढलं म्हणून माझ्या घरातील माणसं खूश झाली होती.

एकदा दुपारचा डबा खाऊन झाल्यावर मी दीपकला समजावून सांगत म्हणालो,

"दीपक, तू उद्यापासून रोज दात घासून अंघोळ कर, स्वच्छ धुतलेले कपडे घाल, घाणेरडा राहू नकोस, नाहीतर तू आजारी पडशील."

माझं बोलणं ऐकून दीपक तोतऱ्या आवाजात मला म्हणाला,

"काका, बहिरी (दीपकची आत्या) मला रोज अंगुळ घालीत न्हाय, आन् ती माझं कापडं बी धूत न्हाय."

दीपकचं म्हणणं अगदी बरोबर होतं. त्यात खोटं असं काहीही नव्हतं. त्याची स्वत:ची आई असती, तर कामाच्या रगाड्यातदेखील तिनं त्याला आंघोळ घालून स्वच्छ धुतलेले कपडे घातले असते. मी दीपकची समजूत घालीत म्हणालो,

"दीपक, तुझ्या आत्याला खूप कामं असतात. कवळ उतरणी, कवळ एकरणं, शेणकोला करणं इत्यादी कामं तिला घरातील कामं करून भाजावळीच्या दिवसांत करावी लागतात. आंबा-काजूच्या हंगामात खांद्यावर लांबुडकी गरकाठी घेऊन बिचारी झाडं धुंडाळीत फिरत असते. तुझ्या आत्याचा नवरा काहीही काम करीत नाही. विड्या फुंकीत, चकाट्या पिटत गावभर फिरत असतो."

"काका, त्यो चाकरमानी रोज दारू पितो नि बहिरीला लई घाणेरड्या शिव्या देतो. त्यो रोज घरात कंदाल करत्यो."

" चाकरमानी मुलखाचा आळशी माणूस. तुझी आत्या चांगली आहे म्हणून ती त्याला रोज जेवायला देते."

"चाकरमानी बहिरीचं पैसं चोरतो नि त्या पैशाचं तो दारू पितो. पैसं चोरीला गेलं म्हणून राती बहिरी भिताडावर तिचं डोस्कं आपटून घेत्ये."

"दीपक, तू मुलांना शिव्या देऊ नकोस. तुला कुणी चिडवलं तर तू मला त्याचं नाव सांग. मी त्या मुलाला तुझ्यासमोर दम भरतो."

"मला कुणी चिडवलं तर मी तुमाला त्याचं नाव सांगीन. तुमी त्याला चांगला दम भरा." दीपक उत्साहानं म्हणाला.

"आणि हो, तू उद्यापासून मराठी शाळेत जायचंस. मी तुला पाटी-पुस्तक, पेन्सिल आणून देईन. खाऊला पैसे देईन."

"काका, मी साळंत जाईन. पर संदेश (दीपकचा छोटा भाऊ) मला साळंत येऊ नकूस म्हनतु. त्यो मला साळंत गेल्यावर मारतो. त्यो बहिरीला म्हणतु की, हा साळंत आल्यावर मी साळंत जाणार न्हाय म्हणून."

"अस्सं? मी संदेशला विचारतो."

"काका, तुमी त्याला खरंच इचारा." दीपकच्या निष्पाप डोळ्यांत मला त्याच्या धाकट्या भावावरून असलेला राग दिसत होता.

दीपक मघापासून माझ्याबरोबर एखाद्या शहाण्या मुलासारखा बोलत होता. माझा त्याला आधार वाटत होता. त्याची कुणी खोडी काढली, तर तो चिडायचा. एरवी तो शांत असायचा. थोड्या वेळानं दीपक एकटाच खेळण्यासाठी बाहेर गेला. तो निघून गेल्यावर साळवी कोतवाल मला हळू आवाजात म्हणाला,

"भाऊ, मी या वाडीत बत्तीस वरीस हाय. पर मी कधी कुणाच्या कसल्या भानगडीत पडलू न्हाय. तुमी यांच्यासाठनं काय बी केलाव तरी या रांडच्यांना त्याची जाणीव व्हाणार न्हाय. तुमी या कार्ट्यांना लई जवळ करू नका. या कार्ट्यांच्या पायी वाडीतील मान्सं तुमच्याशी दिकून भांडतील."

साळवी कोतवालाचं बोलणं ऐकून मी माझ्या मनात सर्द झालो. माझ्याकडून कोणताही अपराध झाला नव्हता. एका निष्पाप, निरागस मुलाला जवळ करून त्याला थोडं मी प्रेम देत होतो. मी हा गुन्हा करीत आहे, असं मला मुळीच वाटत नव्हतं. माझ्या कार्यालयाच्या अवतीभोवती पंचवीस-तीस घरं होती. प्रत्येक घरातील लहानथोर मंडळींना मी अगदी त्यांच्या नावानिशी ओळखत होतो. त्या घरातील लहान मुलांशी माझी चांगली गट्टी जमली होती. त्या मुलांचं निरागस हसणं पाहून मला आंतरिक समाधान वाटायचं. उन्हाळ्याच्या दिवसांत वाडीमध्ये गारेगार कुल्फीवाला आला, तर लहान मुलं त्यांच्या आईवडिलांच्याकडे पैसे न मागता माझ्याकडे धावत येत नि 'काका मला कुल्फीला पैसे द्या,' म्हणून माझ्याकडे हट्ट करीत. इतका त्या निरागस मुलांचा माझ्यावर लोभ होता. माझ्याभोवती सदानकदा लहान मुलांचा घोळका पाहून एक पन्नाशी उलटलेली सावित्री नावाच्या बाईनं मला एकदा गंभीर आवाजात विचारलं,

"भाऊ, तुमास्नी मुलं न्हाईत?"

तिचा प्रश्न ऐकून मी खळखळून हसत त्या बाईला म्हणालो,

"वहिणी, मला दोन मुली आणि एक मुलगा आहे. मी या वाडीतील लहान मुलांच्याबरोबर माझं बालपण अनुभवतोय. मला त्यात आनंद मिळतो."

माझं बालपण अतिशय खडतर परिस्थितीत गेलं होतं. घरची आर्थिक परिस्थिती अत्यंत हलाखीची होती. लोक बालपणीच्या गोड आठवणीत रमून जाताना मला माझ्या बालपणीच्या कटू आठवणी नको वाटतात. त्या खडतर दिवसांची मला नुसती आठवण झाली, तरी माझ्या अंगावर सर्रकन भीतीनं काटा उभा राहतो.

महसूल खात्यात नोकरी मिळाल्यामुळे माझ्या जीवनाला थोडं स्थैर्य मिळालं होतं. लहान मुलांच्या आनंदात मी माझा आनंद मानत होतो. त्यांच्या निरागस हसण्यानं माझं मन खूप हलकं व्हायचं. म्हणून मी लहान मुलांना जवळ करायचो, त्यांच्याशी खेळायचो. कधीकधी त्यांच्याशी खोटंखोटं भांडायचो देखील. त्यावेळी मी माझं वय विसरून जायचो.

गावातील लोकांना दिवाळी सणाचे वेध लागले होते. दिवाळी सणाला मला दीपकला काहीतरी भेट देण्याचं माझ्या मनात होतं. तो आईवडिलांच्याविना या गावात पोरका होता. त्याला मायेनं जवळ करून त्याची हौस पुरविणारे कुणी नव्हतं. मला ते ठाऊक असल्यामुळे दिवाळी सण दोन दिवसांवर येऊन ठेपल्यावर मी त्याच्यासाठी नवीन कपडे घेतले, पायात घालायला सफेद रंगाचे बूट घेतले, त्याला रोज दात घासण्यासाठी कोलगेट पावडरची छोटी डबी घेतली. नवीन कपडे आणि बूट पाहून दीपक आनंदानं उड्या मारू लागला. 'तलाठी काकानं मला नवीन कपडे आणि बूट आणलं' म्हणून तो वाडीत सर्वांना सांगू लागला.

रोज आठ-नऊ वाजता उठणारा दीपक दिवाळीच्या दिवशी पहाटेच उठला. अंगाला सुगंधी उटणं लावून त्यानं स्वच्छ अंघोळ केली. बहिरीनं त्याच्या वाढलेल्या केसांना खोबरेल तेल लावून छान भांग पाडला. मग अंगात नवीन कपडे घालून तो गावात मिरवू लागला. दिवाळीचा सण दीपकनं आनंदानं साजरा केला.

मी सांगितल्याप्रमाणे दीपक आता रोज दात घासून अंघोळ करीत होता. त्यामुळे त्याचा चेहरा ताजा, टवटवीत दिसू लागला होता. त्याच्या अंगातून येणारी दुर्गंधी कमी झाल्यामुळे मुलं त्याला त्यांच्यात खेळायलासुद्धा घेऊ लागली. त्यामुळे मला खूप बरं वाटू लागलं.

चाकरमानी निलाजरा होता. तो दात घासण्यासाठी दीपककडे कोलगेटची पावडर मागायचा. त्यानं मागून दिली नाही की, तो चोरून डबीतील पावडर घेऊन दात घासायचा. दीपकच्या एव्हाना ते लक्षात आलं होतं. मग त्यानं शक्कल लढविली. चाकरमान्याला कोलगेट पावडरची डबी सापडू नये म्हणून दीपक ती डबी गवताच्या गंजीत किंवा कौलांच्या फटीत लपवून ठेवू लागला. कोलगेट पावडरची डबी संपल्यावर चाकरमानी त्याला म्हणाला,

"दीपू, भाऊंना सांग तुम्ही आणून दिलेली कोलगेटची डबी संपली म्हणून. त्यांना दुसरी आणून द्यायला सांग."

दीपकनं चाकरमान्याचं बोलणं माझ्या कानावर घातलं. चाकरमानी दीपकला पुढे करून माझ्या चांगुलपणाचा फायदा घेत होता. ते ऐकून मी मनात थोडा खट्टू

झालो. दीपकचा धाकटा भाऊ संदेश कधीकधी माझ्या ऑफिसात यायचा. आज सुद्धा तो ऑफिसात आला होता. माझ्या समोर बाकावर खाली पाय सोडून बसला होता. मी त्याला विचारलं,

"संदेश, तुझ्यासोबत दीपकला मराठी शाळेत घेऊन जा. मी त्याला पाटी-पेन्सिल घेऊन देतो. कुणाला शिव्या द्यायच्या नाही म्हणून मी त्याला बाजवून सांगितलं आहे."

माझं बोलणं ऐकूण संदेश तक्रारीच्या सुरात मला म्हणाला,

"काका, मी त्याला शाळेत घेऊन जाणार न्हाय."

"का?" मी त्याला आश्चर्यानं विचारलं.

"काका, दीपक शाळेत चोऱ्या करतो. मुलांच्या पाट्या दगडानं फोडतो, त्यांच्या भाकऱ्यासुद्धा चोरून खातो."

"आता तो तसा वागणार नाही. मी त्याला ताकीद दिली आहे." मी त्याला समजावीत म्हणालो.

"तो शाळेत आल्यावर मी शाळेत जाणार न्हाय."

"संदेश, असं नाही करायचं. तो तुझा भाऊ आहे."

संदेशला मी पुनः पुन्हा समजावून सांगत होतो. परंतु तो माझं काहीही ऐकून घेत नव्हता. दीपकला मी शाळेत घेऊन जाणार नाही म्हणून तो हट्ट धरून बसला होता. थोड्या वेळानं संदेश खेळायला निघून गेला. मी झाडाखाली खेळणाऱ्या दीपकला घसा खाकरून साद घातली. दीपक धावत माझ्याकडे आला. तो जवळ येऊन उभा राहिल्यावर मी त्याला हसत हसत विचारलं,

"दीपक, तू उद्यापासून शाळेत शिकायला जाणार आहेस ना?"

"काका, तुमी माझं नाव संदेशच्या साळंत घाला. मला साळा शिकायचीय."

"ठीकाय, मी उद्या तुझ्यासोबत शाळेत येतो."

दीपकला सोबत घेऊन मी गावातील मराठी शाळेत गेलो. त्याला शाळेत घेण्यासाठी तेथील शिक्षकसुद्धा फार आढेवेढे घेऊ लागले. दीपकमुळे इतर मुलं बिघडतील, त्या मुलांनासुद्धा दीपकप्रमाणे चोऱ्या करण्याची घाणेरड्या सवयी लागतील आणि यामुळे शाळेचं नाव तालुक्यात बदनाम होईल अशी भीती शिक्षकांना वाटत होती. माझ्या प्रयत्नाला यश आलं नाही म्हणून मला त्याचं थोडं वाईट वाटलं. सकाळी उठल्यावर दीपक घराजवळ असलेल्या फणसाच्या झाडावर दगड मारीत राहायचा. त्याची बहिरी आत्या घरातूनच त्याला घसा फाटेपर्यंत 'दीपूऽऽ दीपू ऽऽ' अशी हाका मारायची. तिच्या हाकेला दीपक कधी 'ओ' द्यायचा नाही. तो त्याच्याच

तंद्रीत फणसाच्या उंच झाडावर दगड मारीत राहायचा. जणू त्यानं त्या हाका ऐकल्याच नाहीत.

दीपकला भजन-कीर्तनाची भारी हौस. गावात कोठे भजन-कीर्तनाचा कार्यक्रम असेल, तेव्हा तो कुणाच्या आमंत्रणाची वाट पाहत नसे. तो भोंगळा होऊन ग्रामपंचायतीच्या नळाखाली 'शंभोऽऽ शंभोऽऽ' म्हणत स्वच्छ अंघोळ करायचा. नळाजवळ पाणी भरायला आलेल्या बायका त्याला दिगंबर अवस्थेत पाहून मनात लाजाळूच्या पानागत लाजायच्या. मग मान दुसरीकडे वळवून फिस्कारीत त्या त्याला म्हणायच्या. 'दीपक, मेल्या आवर की लवकर. आमास्नी पाणी भरायचंय!'

अंघोळ करून शुचिर्भूत झाल्यावर दीपक धुतलेले कपडे अंगात घालायचा. डोक्यावर गांधी टोपी घालून तो कपाळाला गोपीचंदनाचा भला मोठा उभा टिळा लावायचा. मग गळ्यात झांजा अडकवून तो भक्तिभावानं भसाड्या आवाजात नामाचा गजर, श्रीरामाचा गजर म्हणत भजनाच्या घोळक्यात सामील व्हायचा. तेव्हा त्याची कुणी खिल्ली उडविली, तर हा कुणाला अपशब्द बोलायचा नाही. लोक त्याला गमतीनं 'दीपक महाराज की जय' म्हणत. तो त्यांना लगेच 'हरी ऽऽ हरीऽऽ' म्हणत हसून दाद द्यायचा. त्यावेळी त्याच्या वागण्याचा लोकांना खूप अचंबा वाटायचा. जणू त्याच्या अंगात पंढरपूरच्या पांडुरंगानं संचार केला आहे, असं लोक त्याच्याकडे पाहून मनात म्हणत. भजन-कीर्तनात दीपक बेभान होऊन नाचायचा.

उन्हं कलली होती. वारा मंद वाहत होता. झाडांच्या सावल्यासुद्धा लांबल्या होत्या. मी माझ्या तलाठी कार्यालयामध्ये काम करीत बसलो होतो. इतक्यात दरवाजाजवळ कुणाची तरी पावलं वाजली म्हणून मी मान वर करून तिकडे पाहिलं. दीपक दरवाजाजवळ ओठंगून हसत हसत उभा होता. त्याचं ते निरागस, निर्व्याज्य हसणं पाहून मला खूप बरं वाटलं. माझ्या हातातील पेन खाली ठेवून मी त्याला आत बोलावीत म्हणालो,

"दीपक, ये ना आत."

मी त्याला आत बोलविल्यामुळे तो दबक्या पावलांनी आत आला नि लाकडी बाकावर मजेत पाय हलवीत बसला. ती त्याची नेहमीची सवय होती. मी आधी बोलल्याशिवाय तो त्याच्या तोंडातून कधी चकार शब्द काढायचा नाही. गुरांनी शेतातील पीक विस्कटावं तसं त्याच्या डोक्यावरील केस विस्कटलेले होते, त्याच्या कपाळावर घाम आला होता, उजव्या हाताच्या तळव्यानं त्यानं त्याच्या कपाळावर आलेला घाम पुसून टाकला.

मी दीपकला खालच्या आवाजात विचारलं,

"दीपक, दुपारी जेवलास का?"

"व्हय." सदऱ्याच्या बाहीनं नाक पुसत तो म्हणाला, "बहिरीनं मला सुकटाबरूबर अर्धी तांदळाची भाकरी खायला दिली होती. चाकरमानी राती मला शेवरवाडीत भजनाला घेऊन जाणार हाय. तिथं मला पैसे मिळाले की, मी त्यातील निम्मे पैसे त्याला देणार हाय. तसं त्यानं आधी माझ्याकडून कबूल करून घेतलं हाय."

दीपक थोडा वेळ आढ्याकडे पाहत शांत बसला. तो त्याच्या मनात कसला तरी विचार करीत होता. त्याच्या निरागस चेहऱ्यावरील बदललेले भाव पाहून ते माझ्या लक्षात आलं होतं. माझ्याकडे तो आता कसलं तरी काम घेऊन आला होता. विचारावं की न विचारावं असं त्याच्या मनात गोंधळ सुरू होता. थोड्या वेळानं मनाचा हिय्या करून तो अजिजीच्या सुरात मला म्हणाला,

"काका, माझ्याकडं बॉल न्हाय. तुमी मला खेळायला नवीन बॉल घेऊन द्याल? वाडीतील मुलं मला त्यांच्यात खेळायला घेत न्हाईत."

दीपकची मागणी अगदी मामुली होती. माझ्या खिशाला तरी सहज परवडणारी होती. त्याला मी शब्द देत म्हणालो,

"दीपक, मी उद्या ऑफिसला येताना तुझ्यासाठी नक्की नवीन बॉल घेऊन येईन हं. तो कुणाला द्यायचा नाही बरं का. तू एकटाच खेळ."

"काका, संदेश मला मारतो. तुमी त्याला सांगून ठेवा. न्हायतर मी त्याला दगड मारीन."

"मी संदेशला सांगतो. तू त्याला दगड मारू नकोस, तू त्याची कळ काढू नकोस. मग तो तुला कधी मारणार नाही."

"काका, मी त्याला जाड्या म्हणल्यावर तो मला मारतो. माझ्या पाठीत त्यानं काल जोरात बुक्की मारली. तवा बहिरी त्याला वराडली."

"तू त्याला जाड्या म्हणायचं नाही. मग तो तुला मारणार नाही."

दीपकनं माझ्यासमोर त्याच्या धाकट्या भावाला 'जाड्या' म्हणून चिडवणार नाही म्हणून कबूल केलं. थोडा वेळ तो पुन्हा पाय हलवित बाकावर शांत बसला. नंतर शांततेचा भंग करीत तो मला म्हणाला,

"काका, आज चाकरमान्यानं घरात काय केलंय हे तुमाला ठाव हाय का?"

"नाही," मी त्याच्याकडे पाहत म्हणालो. "अवं, दुपारी बहिरी घरात नव्हती. ती कामाला बाहीर गेली व्हती. चाकरमान्यानं कणगीतला भात काढला नि इकला. त्या पैशाचं तो दारू प्याला. 'बहिरीला सांगू नकुस' म्हणून त्यानं मला दम भरलाय. पर बहिरीला मी ते नक्की सांगणार हाय. बहिरीला हे समजल्यावर ती त्याच्याशी लई

कंदाल करील. राती त्याला ती जेवायला दिकून वाडनार न्हाय.''

चाकरमानी कामचुकार आणि आळशी होता. त्याला कष्टाची कामं करायला जमत नसत. त्याची बायको दिवसभर मरमर काम करायची नि चाकरमानी दारूसाठी घरात चोरी करायचा. बराच वेळ एकाच ठिकाणावर बसल्यामुळे दीपक कंटाळला होता. 'काका, मी खेळायला जातो.' असं म्हणून तो बाहेर पडला. तो निघून गेल्यावर मी पाणी पिऊन घसा ओला केला. नंतर मी माझं काम करू लागलो.

असं म्हणतात की, माणसाच्या स्वभावाला औषध नाही. लोकांना शिव्या देऊ नकोस म्हणून मी दीपकला गोड बोलून समजावून सांगायचो. मला बरं वाटावं म्हणून दीपक तेवढ्यापुरतं 'व्हय' म्हणायचा. नंतर लगेच त्याची कुणी खोडी काढली की त्यांना शिव्या द्यायला सुरुवात करायचा. याचं मला खूप वाईट वाटायचं. कधीकधी मला त्याचा रागदेखील यायचा. त्याला ओरडायलादेखील मला जमायचं नाही.

एकदा मी नाराजीनं त्याला म्हणालो,

''दीपक, आता यापुढे जर तू लोकांना घाणेरड्या शिव्या दिल्यास, तर मी तुला खाऊ घेण्यासाठी पैसे देणार नाही. तुला मी ऑफिसमध्येसुद्धा घेणार नाही.''

याचा परिणाम असा झाला, की माझं कार्यालय उघडं असेपर्यंत दीपक कुणाला शिव्या द्यायचा नाही. त्यानं शिव्या दिल्या, की कुणी ना कुणीतरी मला सांगायला येणारच. हे त्यालासुद्धा पक्कं ठाऊक होतं. संध्याकाळी एकदा का माझं कार्यालय बंद झालं की, तो लोकांना इरसाल शिव्या द्यायला सुरुवात करायचा.

दुसऱ्या दिवशी लोक माझ्याकडे त्याची कागाळी करीत. ''भाऊ, तुमी दीपकला वाईच ताकीद करा. त्यो आमास्नी लई घाणेरड्या शिव्या देतु. तुमी त्याचं जास्ती लाड करीत जाऊ नका.''

''अहो, तो अजून लहान आहे, त्याला अजून कळत नाही.'' मी त्यांना समजावीत असे.

एकदा मी दीपकला थोड्या गुश्शातच विचारलं,

''दीपक, तू काल त्या रवी शिगवणला का शिव्या दिल्यास? तुला मी कुणाला शिव्या द्यायच्या नाहीत म्हणून सांगून ठेवलं होतं की नाही?''

माझं बोलणं ऐकून घेऊन दीपक मला म्हणाला, ''काका, मी त्या रवी शिगवणला काल शिव्या दिल्या नसत्या. पण तो तुमाला तुमी त्याला ७/१२ चा उतारा दिला न्हाय म्हणून शिव्या देत होता. म्हणून मला त्याचा राग आला होता. पुन्नीदां त्यानं तुमाला तुमच्या मंगोरी शिव्या दिल्या, तर मी त्याला दगडानं मारीन.''

रवी शिगवणला मी त्याला त्याच्या नावाचा ७/१२ चा उतारा दिला नाही,

म्हणून राग आला होता. त्याचं काम कायदेशीर नव्हतं. म्हणून मी त्याचं काम केलं नव्हतं. दीपकवरचा माझा राग पाऱ्याप्रमाणे उडून गेला. या स्वार्थी जगात त्याच्यासारख्या निरागस, निष्पाप जिवाने केलेल्या उपकाराची जाणीव ठेवली होती. माझा ऊर मायेनं भरून आला होता. मी त्याला आवेशानं जवळ ओढलं आणि त्याच्या पाठीवर मायेनं हात फिरवत, 'दीपक तू खूप शहाणा मुलगा आहेस!' असं मी त्याला म्हणालो. नंतर मी त्याच्यासोबत दुपारचा डबा खाल्ला.

संध्याकाळचे पाच वाजून गेले होते. सावल्या एकमेकांत मिसळून लांबल्या होत्या. ऑफिस बंद करून मी घरी जाण्याची तयारी करीत होतो. इतक्यात दरवाजाजवळ कुणाच्या तरी पावलांचा आवाज माझ्या कानावर पडला. मी मान वळवून दरवाजाच्या दिशेनं पाहिलं. बहिरी लुगड्याच्या पदराखाली काहीतरी घेऊन दरवाज्याजवळ अवघडून उभी होती. मी तिला आत बोलाविलं. बहिरी आत येऊन मला कृतज्ञपणे म्हणाली,

"भाऊ, तुमी माझ्या दीपूला दुपारी फुड्यात घेऊन जेवताव. त्याला तुमी नवी कापडं - बूट घेतलाव. वाईच तुमच्यासाठनं मी काजूच्या ब्या सोलून आणल्यात. वहिनींना सांगा, डाळीच्या कालवणात टाकायला. लई ग्वॉड लागतं बगा. खाताना तुमी या बहिरीचं नाव काडाल."

सागाच्या भल्या मोठ्या पानात तिनं काजूच्या बिया बयजवार बांधून आणल्या होत्या. मी 'नको ऽऽ नकोऽऽ' करीत असताना तिनं त्या काजूच्या बियांची बांधून आणलेली पुडी माझ्या टेबलावर ठेवली. नंतर ती दातात पदर धरून मला गेंगाण्या आवाजात म्हणाली,

"भाऊ, मी दीपकला त्याच्या गावी त्याच्या चुलत्याकडे धाडणार हाय!"

"का?" मी तिला आश्चर्यानं विचारलं.

"अवं, तो हिथं लोकांच्या लई खोड्या काडतु. त्याच्यापायी वाडीत माझी रोज कुणाशी तरी कंदाल होत असत्ये."

बहिरीचं बोलणं ऐकून मी मनात उदास झालो. तिचा निर्णय मी बदलू शकत नव्हतो. बहिरी तिच्या घरी निघून गेल्यावर मी अस्वस्थ मनानं दरवाजाला कुलूप लावून मळलेली तांबडी पायवाट तुडवू लागलो. दीपकचा निष्पाप, निरागस चेहरा माझ्या डोळ्यांसमोर पुन:पुन्हा दिसत होता.

■■■

३

बनी

तिचं वय पंचेचाळीसच्या दरम्यान होतं. तिच्या डोक्यावरचे केस लांबसडक आणि दाट होते. तिचा गळा आणि हनुवट भाजलेलं होतं. त्यामुळे तिची मान तिला अगदी सहज वळविता येत नव्हती. तिचा सावळा वर्ण आणि दणकट अंगकाठी होती. लोक तिला 'बनी' या नावानं साद घालीत. गरम तव्यावर लाह्या उडाव्यात तसं तिच्या तोंडातून शब्द बाहेर पडत.

रस्त्यानं ती भरभर चालायची. जणू तिच्या मागे एखादा जंगली वाघ लागला आहे. रस्त्यात कुणी ओळखीचे भेटलेच, तर त्याच्याशी मनमोकळ्या गप्पा मारीत उभं राहायला तिला कधी संकोच वाटत नसे. कापा फणसाप्रमाणे तिचा स्वभाव वरून काटेरी नि आतून साखरेपेक्षाही गोड होता.

बनी माझ्या शेजारी राहायची. माझ्या कौलारू घरापासून तिचं घर जवळ होतं. तिच्या मूळगावी मी नोकरी केली होती. तिच्या वडिलांनासुद्धा मी ओळखत होतो. बनीचं लग्न झाल्यावर ती सासरी जायला एकजात तयार होईना. लग्नाच्या आधीपासून तिचं एका बस कंडक्टरबरोबर प्रेमप्रकरण सुरू होतं. आता ते गुप्त राहिलं नव्हतं. सासरी जायला लागू नये म्हणून बनीनं दारं-खिडक्या लावून अंगावर रॉकेल ओतून घेतलं. तिनं स्वत:ला पेटवून घेतल्यानंतर लोकांनी दार फोडून आग विझवली. भाजलेल्या बनीला लगेच सरकारी दवाखान्यात नेलं. बनीचा जीव वाचला असला,

तरी त्या कटू घटनेची कायमची आठवण तिच्या संपूर्ण शरीरावर राहिली होती.

बनीनं घराण्याची अब्रू घालविली म्हणून तिच्या आईवडिलांनी तिला दूर केलं. तिचे रक्ताचे भाऊ तिचं तोंडदेखील पाहायला तयार नव्हते. बनी अक्षरशः निराधार झाली होती. दुःखाच्या खोल गर्तेत आकंठ बुडाली होती. तिच्या डोळ्यांसमोर अंधार होता. त्या कठीण प्रसंगात तो कंडक्टर तिच्या मदतीला धावून आला. कसलाही विचार न करता त्यानं तिला मदतीचा हात दिला. सगळंच काही संपलेलं नाही म्हणून बनीचा जीव भांड्यात पडला. जगण्यासाठी तिला नवा आधार मिळाला होता. पाप-

पुण्य, नैतिक-अनैतिक असा फालतू विचार करीत बसायला तिच्याकडे मुळी आता वेळ नव्हता. तिनं तिच्या मनाचा कौल घेऊन जगाकडे पाठ फिरविली. नवीन आधार मिळाल्यामुळे जगण्यासाठी आता तिच्या आशा पल्लवीत झाल्या होत्या. कंडक्टरनं त्याच्या नावे कर्ज काढून तिला हायवे- लगत नवीन कौलारू घर बांधून दिलं. आई-बाप, भाऊ, बहिणी यांच्या नाकावर टिच्चून बनी विवाहित कंडक्टरच्या सोबत मजेत आयुष्य घालवू लागली.

बनी तोंडानं जरी फटकळ असली तरी अडचणीच्या वेळी मदत करण्यासाठी धावून जायची. माझ्या नवीन घराचं जेव्हा मी बांधकाम सुरू केलं, तेव्हा मला सिमेंट आणि लाकूड सामान ठेवण्यासाठी भाड्यानं खोली हवी होती. बनीकडे भाड्यानं देण्यासाठी खोली होती. मी बनीकडे खोलीची चौकशी केल्यावर ती आनंदानं मला म्हणाली,

"भाऊ, मी तुम्हाला भाड्यानं खोली देत्ये. तुम्ही माझ्या शेजारी घर बांधताय, याचं मला आनंद वाटतो."

"वहिनी, खोलीचं भाडं किती आहे?"

"तुम्ही तुमच्या मनाप्रमाणे काय ते समजून द्या. एवढंच मला भाडं पाहिजे, असं मी तुम्हाला म्हणणार नाही."

असं म्हणून बनीनं माझ्या हातात गरम गरम चहाची कप-बशी दिली. तिच्याशी बोलत बोलत मी चहा संपवला. बनी बोलताना हातचं काहीही राखून ठेवायची नाही. पोटात एक आणि ओठात एक, अशी ती कधीही करायची नाही. बनी एकटीच तिच्या कौलारू घरात राहायची. कंडक्टर कधीतरी तिच्याकडे मुक्कामाला यायचा. म्हातारपणी आपलं कसं होईल, कोण आपलं दुखलं-खुपलं बघेल, याची ती कधीही काळजी करीत बसायची नाही. वाऱ्याच्या झोतानं सुकलेल्या गवताची पाती हलावी, तसं ती सकाळपासून अगदी संध्याकाळपर्यंत एकसारखं काम करीत असायची. काम करून तिला कधीही थकवा यायचा नाही, तिच्या चेहऱ्यावर कधीही थकवा जाणवायचा नाही. तिच्याशी कोण भांडायला आलं तर ती त्याला बाप म्हणून सोडायची नाही. तेव्हा तिच्या अंगात सहस्त्र हत्तीचं जणू बळ यायचं. गिरणीच्या पट्ट्याप्रमाणे तिच्या तोंडाचा पट्टा सुरू व्हायचा. बनी भाडंकुदळ आहे म्हणून आता गावात सगळ्यांना समजलं होतं.

बनीच्या घराला अगदी लागूनचं चंद्री म्हातारीचं घर होतं. जमिनीच्या हद्दीवरून दोघी नेहमी भांडत. चंद्री म्हातारीनं कोंबड्या पाळल्या होत्या. त्या कोंबड्या बनीच्या अंगणात आलेल्या तिला खपायचं नाही. तिला त्याचा राग यायचा. चंद्री म्हातारीचा राग त्या कोंबड्यावर काढीत बनी मोठ्या आवाजात म्हणायची,

"हात तुमच्यावं मरीआईचा रोग आला तो. माझी सारवलेली जमीन समदी उकरलीत. मालकिणीला या कोंबड्या कापून खा म्हणावं. शेजाऱ्यांना कशापाय रोज हा त्रास. आता माझ्या अंगणात कोंबड्या आल्या, तर लाकडानं मी त्यास्नी व्हलपाटून टाकणार हाय."

डोक्यावरून पाण्याचे हंडे आणून बनीनं तिच्या मालकीच्या जमिनीत नारळ, चिकू, पेरू, आंबा इत्यादी झाडं लावली होती. म्हातारीच्या पाळलेल्या कोंबड्या किडा-मुंगी टिपून खाण्यासाठी त्या झाडांच्या बुंध्यात पायानं उकरीत. त्यामुळे लावलेल्या झाडांची मुळं बाहेर पडत असत. ते पाहून बनीच्या उरात आग लागायची. काठी, दगड मारून बनी त्या कोंबड्यांना हुसकावून लावायची. बनीचं लावलेल्या झाडावर खूप जीव होता. रक्ताचं पाणी करून ती झाडं जगवत होती.

एकदा तर कहरच झाला होता. बनीनं लावलेली नारळाची रोपं चंद्री म्हातारीच्या बकऱ्यांनी खाऊन टाकली. ते पाहून बनीच्या डोळ्यांत अक्षरशः रक्त उतरलं. ती रागानं थयथयाट करू लागली. नुसता थयथयाट करून बनी शांत बसली नाही. रागानं बेफाम होऊन ती हातात धोंडा घेऊन एका बकरीच्या मागे झिंजा सोडून लागली. ती बकरी जिवाच्या आकांतानं 'बेंऽऽ बेंऽऽ' करीत पळत होती. लांब-लांब ढांगा टाकून बनीनं त्या बकरीला गाठलं नि तिच्या डोक्यात तो धोंडा दात-ओठ चावून घातला. तो घाव वर्मी लागल्यानं त्या बकरीनं जमिनीवर टाचा घासून प्राण सोडला. तालुक्याच्या पोलीस स्टेशनपर्यंत प्रकरण गेल्यावर चंद्री म्हातारीला नुकसानभरपाई देऊन बनीला त्यातून आपली सुटका करून घ्यावी लागली. त्या दिवसापासून बनीनं कानाला खडा लावला. तिच्या अंगणात आलेल्या कोंबड्या व बकऱ्यांना तिनं दगड मारायचं सोडून दिलं.

प्रेम करणे म्हणजे गुन्हा होऊ शकत नाही. अडीच अक्षराच्या आधारानं या पृथ्वीवरील माणूस आज हजारो वर्षं जगत आहे. प्रेमाला जात, धर्म, वय, श्रीमंती, गरिबी याचं बंधन उरत नाही. प्रेम या सर्व सीमा पुसून टाकत असतं. म्हणून खरं प्रेम अमर होत असतं. बनीचं बस कंडक्टरवर जिवापाड प्रेम होतं. ती त्याच्यासोबत लग्न न करता राहत होती. खेडेगावात कोणतीही गोष्ट लपून राहत नाही, त्याची लोकांना कुणकुण लागत असते. बनीचं प्रेमप्रकरण आता गावात सर्वांना ठाऊक झालं होतं. बनी तशी खमकी होती. ती मुळात कुणाला कधी भीक घालायची नाही. मेलेलं बकरं जसं आगीला घाबरत नाही, तसं ती आता बिनधास्त जगत होती. भित्यापाठी ब्रह्मराक्षस लागतो हे तिला चांगलं ठाऊक होतं. एवी- तेवी आपलं प्रेमप्रकरण आता लोकांना समजलंच आहे, मग ते कशाला झाकून ठेवायचं, असा प्रश्न ती स्वतःलाच

विचारीत असे.

बनी रस्त्यानं चालत निघाल्यावर लोक तिच्याकडे अगदी विचित्र नजरेनं पाहात. लोकांच्या विचित्र नजरेची बनी आता पर्वा करीत नव्हती. ती चालत पुढे निघून गेल्यावर काही टपोरी मुलं टोमणे मारून 'रवी ऽऽ रवी ' करीत दात काढीत. एकदा तिला खरोखर राग आला होता. शिवा सुतारानं गावठी भाषेत तिला अश्लील टोमणा मारल्यावर तिची पावलं जागच्या जागी थबकली. तिची तळपायाची आग पार मस्तकाला जाऊन भिडली. तिनं त्याच्याकडे डोळ्यांतून आग सांडत वळून पाहिलं. तिचा रणचंडिकेचा अवतार पाहून शिवा सुताराची चड्डी लगेच ओली झाली आणि त्याला आपला जीव वाचविण्यासाठी पळता भुई थोडी झाली. बनीचा हिसका त्याला चांगला ठाऊक होता. तिनं भर रस्त्यात त्याचं तिच्या पायातील चपलेनं तोंड फोडायला मुळीच मागे-पुढे पाहिलं नसतं. तिचा राग खूप वाईट होता. त्यावेळी आकाशात कडाडणारी बिजली एकवेळ हातात धरायला परवडायचं, परंतु तिच्या वाटेला जाणं मुळीच परवडायचं नाही. तशी ती सर्वांना पुरून उरेल, अशी खमकी महामाया होती.

बनीनं आयुष्यात एकाच पुरुषावर मनापासून प्रेम केलं होतं नि ती त्याच्यासोबत एकनिष्ठ राहिली. एखादी विवाहित स्त्रीसुद्धा तिच्या नवऱ्यासोबत एकनिष्ठ राहू शकणार नाही. परंतु बनी लग्न न करताच बस कंडक्टरसोबत एकनिष्ठ राहात होती. आयुष्यात अन्य पुरुषाचा मोह तिला कधी झाला नाही. तिच्याकडे वाकड्या नजरेनं पाहण्याची कुण्या पुरुषाची मुळात हिंमत होत नसे. तरीसुद्धा बनी वाईट चालीची आहे, म्हणून संपूर्ण गावात तिच्या नावाचा डंका वाजत होता. मारणाऱ्याचा हात धरता येतो, परंतु बोलणाऱ्याचं कधी तोंड धरता येत नाही म्हणून बनी गप्प बसणं पसंत करायची. काही गोष्टी तिच्या हातात नसायच्या. लोकांची कुचकट बोलणी बनीनं कधीही मनाला लावून घेतली नाहीत. आणि तिनं तिच्या अंत:करणातील दु:ख कुणाला बोलून दाखविलं नाही. स्वत:च्या दुखऱ्या काळजावर स्वत:च मायेनं फुंकर मारीत ती आलेला दिवस मजेत जगण्यासाठी प्रयत्न करीत राहायची. कंडक्टरची आपल्या आयुष्यात कुठपर्यंत साथ मिळेल, म्हातारपणी आपलं कसं होईल इत्यादी प्रश्न तिच्या मनाला कधी शिवायचेदेखील नाहीत. आपल्या वाट्याला आलेला आयुष्यातील प्रत्येक क्षण अगदी भरभरून जगायचं, एवढंच तिला ठाऊक होतं. आपल्या मनाला कसल्या काळज्या, चिंता भेडसावू नयेत म्हणून ती सतत तिच्या कामात व्यग्र असायची. तिच्या कामाचा उरक पाहून तिच्या निंदकांनादेखील त्याचं आश्चर्य वाटे. या बाईला ईश्वरानं कशी घडवली असेल, असं त्यांना त्यांच्या मनात

हमखास प्रश्न पडायचा.

बनी कधी कुणाशी आकसाने वागायची नाही. तिच्या मनात कुणाबद्दल राग, द्वेष नसायचा. ती तिच्या मनातील जळमटं, किल्मिषं एखाद्याशी भांडण झाल्यावर लगेच काढून टाकायची, मनात काहीही ठेवायची नाही. त्यामुळे गावात ती कुणाशी सुडबुद्धीनं कधीही वागायची नाही. आपल्या शत्रूवर कसं प्रेम करायचं, याचे धडे कुणीही बनीकडून गिरवायला शिकलं पाहिजे.

एके दिवशी बनीचं आणि वाडीतील बायकांचं कडाक्याचं भांडण झालं. नदीवर त्या सर्व बायकांनी एकत्र येऊन बनीला चांगलं बदडून काढलं. बनीनं तो राग तिच्या मनात ठेवला नाही. ती प्रत्येक शुक्रवारी संतोषीमातेच्या नावानं कडक उपवास करायची. त्या दिवशी आंबट-चिंबट ती खायची नाही. सोळा शुक्रवार उपवासाचे पूर्ण झाल्यावर संतोषी मातेच्या उद्यापनाच्या दिवशी बनीनं वाडीतील सर्व बायकांना पूजेचं आमंत्रण दिलं, त्या भांडलेल्या बायकांना तिनं मायेनं पुरण-पोळ्यांचं जेवण वाढलं, त्यांच्याशी ती गोडगोड बोलली. तेव्हा त्या भांडलेल्या बायकांना खूप संकोचल्यासारखं वाटू लागलं. आपण समजतो एवढी बनी मनाची वाईट नाही, अशी त्यांची पूर्ण खात्री झाली. बनी तोंडानं फटकळ होती, एवढीच तिची लंगडी बाजू होती. बाकी तिच्या स्वभावात जवाएवढादेखील दोष नव्हता.

दुपारी जेवण झालं, की बनी थोडा वेळ विश्रांती घेण्यासाठी कॉटवर आडवी पडायची. ही नामी संधी साधून मुलं तिच्या परसवनात पेरूच्या झाडावर चढून पेरू काढीत, तिच्या झाडावरील पेरू साखरेप्रमाणे गोड होते. त्यामुळे मुलांना तिच्या झाडावरील चोरून पेरू काढण्याची चटक लागली होती. मुलं पेरू काढून खात आणि बऱ्याच पेरूंची नासधूस करीत.

एके दिवशी माझा आठ-नऊ वर्षांचा मुलगा वाडीतील मुलांच्या संगतीनं तिच्या झाडावरील पेरू काढायला गेला. झाडावर चढून मुलं गोंधळ करू लागली. बनीचे कान सशासारखे सतर्क असत. तिच्या कानावर गडबड-गोंधळ करणाऱ्या मुलांचा आवाज गेला. आवाज ऐकून बनी भलतीच चिडली. तिनं रागानं कोयंडा घातलेला दरवाजा धाडकन उघडला. हातात लांबुडकी मेसाची काठी घेऊन ती मुलांचा समाचार घेण्यासाठी तिच्या परसावनात आली. तिचा तो रणचंडिकेचा अवतार पाहून मुलं घाबरली. मुलांनी घाबरून पेरूच्या झाडावरून माकडाप्रमाणे उड्या मारल्या आणि ते डोळ्यांची पापणी लवते ना लवते तो पावेतो नाहीसे झाले. माझा मुलगा मात्र अलगद बनीच्या तावडीत सापडला. तिनं माझ्या मुलाला ओळखलं होतं. तिनं त्याच्यावर काठी उगारली नाही, की त्याला ती अपशब्दसुद्धा बोलली नाही. त्याच्या

मनगटाला घट्ट पकडून तिनं त्याला माझ्या समोर उभं केलं नि ती मोठ्या आवाजात मला म्हणाली,

"भाऊ, याला थोडा तुमी दम द्या. वाडीतील उनाड मुलांच्या सोबत हा माझ्या परसवनातील झाडावर पेरू काढायला येतो. उद्या हा झाडावरून पडला-बिडला तर तुमी मला बोल लावाल."

तिच्या तक्रारीची भाषा जरी सौम्य होती तरी तिच्या चेहऱ्यावर मला नाराजीच्या छटा स्पष्टपणे दिसत होत्या. तिला बरं वाटावं म्हणून मी माझ्या मुलाला दम भरीत म्हणालो, "पुन्हा तू मुलांच्या बरोबर पेरू काढायला जायचं नाही. कळलं?"

मी माझ्या मुलाला ओरडल्यामुळे बनीला पुन्हा काय वाटलं कुणास ठाऊक. तिचे डोळे करुणेनं भरून आले होते. ती मला खालच्या आवाजात म्हणाली,

"भाऊ, सोडून द्या त्याला. तो अजून लहान हाय. वाईच त्याला धाक ठेवा म्हणजे झालं. मुलांच्या संगतीनं मुलं बिघडतात. त्याचा तर काय दोष?"

बनी माझ्या मुलाची कागाळी करण्यासाठी माझ्याकडे आली होती. आता ती त्याचा कैवार घेत होती. मला त्याचं आश्चर्य वाटलं. तिच्या मनाचा कुणालाचं थांगपत्ता लागत नव्हता. तिला आमच्या घरातील पाणी, चहा चालायचा नाही. म्हणून मी तिला चहाबद्दल कधी विचारीत नसे. नंतर ती विषयांतर करीत मला थोडं गंभीर आवाजात म्हणाली,

"भाऊ, माझ्याशी ती चंद्री म्हातारी जमिनीच्या हद्दीवरून नेहमी भांडत्ये. त्यासाठी मला जमिनीची मोजणी करून घ्यायची आहे. मला तुमची मदत हवी."

"वहिनी, जमीन मोजणीसाठी आधी तुम्हाला त्या जमिनीचा ७/१२ चा उतारा जोडून तालुका भूमी अभिलेख कार्यालयाकडे अर्ज करावा लागेल. मोजणी फी चलनाने भरून ते चलन अर्जाला लावायला लागते. सहा महिन्यांच्या आत तुमची जमीन तुम्हाला मोजून मिळेल."

"मोजणीसाठी आधी पैसे भरावे लागतात?"

"पैसे आधी भरल्याशिवाय जमिनीची मोजणी होत नाही."

"तुम्ही मला अर्ज लिहून द्याल?"

"हो."

तिच्या जमीनमोजणीच्या कामात मी तिला मदत करणार आहे, म्हणून बनी मनात खूश झाली. ती आनंदानं माझा निरोप घेऊन तिच्या घरी निघून गेली. ती तिच्या घरी निघून गेल्यावर माझी आई नाराजीच्या सुरात मला म्हणाली,

"लेका, बनी लई जगळ घंटी हाय. जळता निखारा हातात घ्यायला परवडेल,

पर तिच्या वाटेला कुणी जायला नकु. अशी कडक लक्ष्मुमी मी कुठं बगीतली न्हाय.''

माझी आई कधीकधी बनीच्या घरी गप्पा मारण्यासाठी जायची. दोघींचं छान गूळपीठ जमायचं. बनी माझ्या आईला 'आई' म्हणून साद घालायची. माझ्या आईला पाहून तिला तिच्या आईची आठवण यायची. आता तिच्या रक्ताच्या नात्याशी तिची वाकडीक निर्माण झाली होती, दोघांमध्ये खोल दरी निर्माण झाली होती. त्याची आठवण झाली, की तिला तुटलेपणाची प्रकर्षानं जाणीव व्हायची. गेलेली वेळ आणि कमानीतून सुटलेला तीर कधीही परत येत नाही. म्हणून बनी प्राप्त परिस्थितीचा स्वीकार करून जगण्याचा प्रयत्न करीत होती.

माझ्या भावाच्या मोठ्या मुलाचं नाव सतीश. तो लहान असल्यापासून माझ्याकडे राहात होता. आईनं त्याला लळा लावला होता. नुकतीच त्यानं दहावीची परीक्षा दिली होती. त्याच्या दहावीच्या परीक्षेचा निकाल अजून लागायचा होता. मे महिन्याचे दिवस होते. कडक उन्हामुळे जीव नकोसा झाला होता, पाण्यासाठी माणसं वणवण करीत होती. गावात अजून नळपाणी योजना कार्यान्वित झाली नसल्यामुळे पाण्यासाठी लोकांचे खूप हाल होत होते. गावात पाण्यामुळे भांडणं, मारामाऱ्या होत होत्या. त्यामुळे तालुक्यात पोलिसांचं कामसुद्धा वाढलं होतं.

आमच्या घरापासून अगदी हाकेच्या अंतरावर मुंबई-गोवा या महामार्गाच्या पलीकडे एक कच्ची विहीर होती. त्यात थोडं पाणी मिळायचं. नारळाच्या करवंटीनं पाणी भरावं लागत होतं. त्या कच्च्या विहिरीवर पाण्यासाठी लोकांच्या रांगा लागायच्या. सतीश रात्री त्या विहिरीवर गर्दी कमी असते म्हणून पहाटे लवकर उठून पाणी भरायचा.

शनिवार होता. घरात पाणी भरायचं असल्यानं सतीश पहाटे उठला होता. रिकामी भांडी घेऊन तो एकटाच पाणी आणण्यासाठी गेला. मी साखरझोपेत होतो. सतीशच्या मागून बनीसुद्धा रिकामे हंडे घेऊन त्या विहिरीवर पाणी आणायला गेली, बोचरी थंडी पडली होती, सगळीकडे पहाटेची निरव शांतता नांदत होती, आभाळात शुक्राची चंदणी उगवली होती.

बनी सतीशला घाई करीत मोठ्या आवाजात म्हणाली,

''सतीश, तू जरा थांब. माझ्या घरात पाण्याचा टिपूसदेखील न्हाय. मी आधी पाणी भरत्ये. नंतर तू खुशाल पाणी भर.''

सतीश तिचं बोलणं धुडकावून लावीत म्हणाला, ''मी तुमच्या आधी आलोय. तवा मी आधी पाणी भरणार. नंतर तुमी भरा.''

बनी शेरास सव्वाशेर होती. त्याचं बोलणं तिला पटलं नाही. ती त्याला दमात घेत म्हणाली,

"तुला सांगून कळत न्हाय. थांब, तुझ्या काकाला तुझं नाव सांगत्ये."

"जा सांग."

"मी तुझ्या परास वयानं मोठ्ठी हाय. मला उद्धट बोलत्योस?"

"मी कुठं उद्धट बोललो?"

बनीच्या नादाला लागण्यात काही अर्थ नाही. वेळ वाया जायला नको म्हणून सतीश तिच्याकडे दुर्लक्ष करून हातात भांडी घेऊन पाणी भरण्यासाठी पुढे जाऊ लागला. सतीश आपलं ऐकत नाही म्हणून बनी त्याच्यावर चिडली. तिनं त्याचं अंगावरील बनियन मुठ्ठीत घट्ट पकडलं आणि सर्वशक्तिनिशी तिनं त्याला मागे खेचलं. सतीश आधी कधी चिडायचा नाही. परंतु त्याची मुद्दाम कुणी खोडी काढली, तर तो लगेच चिडायचा. बनीनं त्याचं बनियान धरून मागे खेचल्यामुळे त्यालासुद्धा बनीचा राग आला. सतीशनं हातातील पाण्याची रिकामी भांडी खाली ठेवली आणि त्यानं तिला रागानं दोन्ही हातानं मागे ढकललं. बनी तोल जाऊन जमिनीवर धाडकन कोसळली, तिच्या केसांचा बुचडा सुटला आणि तिच्या तोंडात मातीसुद्धा गेली होती. झालेल्या अपमानानं बनी संतापली. ती रागानं थरथर कापू लागली. जमिनीवरील मूठभर माती उचलून तिने ते सतीशच्या दिशेनं उधळून ती त्याला लाखोली वाहू लागली. ती अतिशय संतापल्याचं पाहून सतीश मनात खूप घाबरला. पुढे तो तिला एक शब्दसुद्धा बोलला नाही.

सतीशला चांगली अद्दल घडविण्यासाठी नीरव शांततेचा भंग करीत ती दाणदाण पाय आपटीत आमच्या घराच्या दिशेने चालू लागली. चालताना तिच्या टाचेखाली मुरमाचे खडे फुटत होते. मी गाढ झोपेत होतो. बनी आमच्या अंगणात आली आणि मोठ्यानं किंचाळत एखादा वटवृक्ष वादळी पावसात कोसळावा, तसं ती जमिनीवर कोसळली. तिनं मारलेल्या किंकाळीनं मी झोपेतून दचकून जागा झालो. धरणीकंप झाला की, आकाश कोसळलं, अशी माझ्या मनात थोडा वेळ शंका आली. भयानं माझं शरीर थरथर कापू लागलं होतं. आईसुद्धा त्या आवाजानं जागी झाली होती. तिनं अंगणातला लाईट लावला. एखाद्या भयंकर हडळीप्रमाणे बनी मोकळे केस सोडून अंगणात कोसळली होती. लाईट्च्या उजेडात मी डोळे किलकिले करून तिच्याकडे पाहू लागलो. तिला पाहून आधी मी दचकलो. मी दरवाजा उघडून बाहेर आल्याचं कळताच बनी झटकन उठून बसली. मोकळ्या केसांचा बुचडा बांधत ती उभी राहिली. माझ्याकडे रागानं पाहात ती सतीशला शिव्या देत मोठ्या आवाजात म्हणाली,

"तुमच्या सतीशनं मला ढकलून जमिनीवर पाडलं. मुडद्याचं वाटुळं व्हईल. मी

त्याला आता सोडायची न्हाय. पोलीस स्टेशनात जाऊन मी त्याच्या विरुद्ध तक्रार लिवून देणार हाय.''

तिचं बोलणं ऐकून मी मनात घाबरून गेलो. सतीशवर विनयभंगाची तक्रार दाखल झाल्यावर पोलिसांनी त्याला अटक करून आतसुद्धा टाकलं असतं. पुढील संकटाच्या भीतीनं माझ्या अंगाचा थरकाप उडाला. मी तिला विनंती करीत म्हणालो.

''वहिनी, सतीशकडून खरोखर मोठी चूक झाली आहे. त्यानं तुम्हाला ढकलून द्यायला नको होतं. तो मूर्ख आहे. तुमचा धाकटा भाऊ समजून तुम्ही त्याला एकदा माफ करा. पुन्हा तो तुमच्या वाटेला कधी जाणार नाही. मी त्याला चांगला दम देतो.''

माझं बोलणं ऐकून बनीच्या मनावर चांगला परिणाम झाला. जादूची कांडी फिरावी तसा तिचा चढलेला पारा थोडा खाली आला. सतीशसाठी मी तिच्याकडे पहिल्यांदाच दयेची भीक मागितली होती आणि माझी ती मात्रा तिला अगदी बरोबर लागू पडली होती.

अंगावरील साडी नीट करीत बनी मला खालच्या आवाजात म्हणाली,

''भाऊ, तुमी येवडं सांगताव म्हणून मी त्याला एकडाव माफ करत्ये. पुन्नींदा तो माझ्या वाटेला गेला म्हंजी मी त्याला बाप म्हणून सोडायची न्हाय. मी नावाची बनी हाय. मोठ्ठा बॅरिस्टर असला तरी त्याला भोबडावायला मागं म्होरं मी बगनार न्हाय.''

बनी पुढे एक शब्दसुद्धा बोलली नाही. झाला एवढा तमाशा आता पुरे असं म्हणून ती तिच्या घरी निघून गेली. बनी निघून गेल्यावर मी सुटकेचा नि:श्वास टाकला. पुढे दोन-तीन वर्षांनी सतीशला शाळामास्तरची नोकरी मिळाली. मी त्याचं लग्न ठरवलं. त्याच्या लग्नाची आमंत्रण पत्रिका मी स्वत: बनीच्या घरी जाऊन दिली. सतीशच्या लग्नाला बनी नटून-थटून आहेराचं पाकीट घेऊन आली. लग्न पार पडल्यावर तिनं नवथर वधू-वरासोबत छान फोटो काढून घेतला. तिच्या मनातील राग धुक्याप्रमाणे विरून गेला होता.

बनीचं गावात सहसा कुणाशी पटायचं नाही. रोज कुणाबरोबर तरी तिचं भांडण व्हायचं. रोजच्या भांडणाचा आता तिला खूप तिटकारा आला होता. तिला आता मन:स्वास्थ्याची अत्यंत गरज वाटू लागली होती. तिच्या घरात तसं पाहिलं तर काहीही कमी नव्हतं. ती सुखी असावी म्हणून कंडक्टर सावलीप्रमाणे तिची सोबत करायचा. तिला तो आर्थिक मदत करायचा. परंतु रोजच्या कटकटीमुळे तिला अन्न गोड लागत नव्हतं. तिनं तिच्या आयुष्यात रक्ताच्या नात्यातील लोकांना वजा करून टाकलं होतं. त्यांचा ती कधी विचार करीत बसायची नाही. आयुष्यात सुख शोधण्यासाठी तिनं ज्या ठिकाणी नवीन घर बांधलं होतं. त्या वास्तूत तिला सुखानं रोजच्या

कटकटीमुळे दोन घास पोटात टाकता येत नव्हते. यातून काहीतरी मार्ग काढण्यासाठी तिनं कंडक्टरचा विचार घेतला आणि गावातील घर आणि जमीन विकून तिनं खेड शहरात एका अपार्टमेंटमध्ये दुकानासाठी एक गाळा विकत घेतला. अक्षय तृतीयेच्या मुहूर्तावर तिनं त्या गाळ्यामध्ये किराणा मालाचं छोटं दुकान सुरू केलं.

सायंकाळचे पाच वाजून गेले होते. खेड बाजारपेठेत एका स्टेशनरी मालाच्या दुकानात पाठकोरे कागद, रिफील विकत घेऊन मी माझ्या वेरळ गावी चालत निघालो होतो. खेड शहरापासून माझं घर अडीच-तीन किलोमीटर्स अंतरावर असल्यानं मी नेहमी घरी चालत जाणं पसंत करीत असतो. पायांना थोडा व्यायाम मिळावा, हासुद्धा विचार त्या मागे असतो. खांद्याला शबनम पिशवी अडकवून मी बाजारपेठेतून चालत निघालो होतो. बनी दुकानाच्या गल्ल्यावर बसलेली मी माझ्या डोळ्यांनी पाहिली. तिनंसुद्धा मला पाहिलं. 'भाऊ या, भाऊ या' असं ती मला गल्ल्यावर बसून हाका मारू लागली. तिच्या आवाजात मायेचा ओलावा होता. म्हणून माझी पावलं आपोआप तिच्या आवाजाच्या दिशेनं वळली. मी तिच्या दुकानात गेल्यावर बनीनं तोंडभर हसून माझं आनंदानं स्वागत केलं. मला तिनं बसायला प्लॅस्टिकची खुर्ची दिली नि प्यायला थंड पाणी दिलं. रुमालानं तोंड पुसत मी तिची चौकशी करीत विचारलं,

"वहिनी, कसा काय चाललाय तुमचा व्यवसाय?"

"भाऊ, परमेश्वराच्या कृपेनं समदं ब्येस चाललंय बगा."

"कोणत्याही व्यवसायात जम बसायला थोडा वेळ लागतो."

"खरं हाय तुमचं म्हणणं. हळूहळू माझा या व्यवसायात जम बसेल बगा."

थोडा वेळ मी काही न बोलता शांत बसलो. शांततेचा भंग करीत बनीनं मला विचारलं, "भाऊ, सतीश कसा हाय?"

"तो मजेत आहे. त्याला मुलगा झालाय."

"त्याला सांगा मला पेढे आणून द्यायला."

"जरूर सांगतो."

तिच्या नोकरानं मला गरम-गरम चहा आणून दिला. चहा घेऊन मी तिचा निरोप घेतला. मी दिसेनासा होईपर्यंत बनी तिच्या दुकानासमोर माझ्या पाठमोऱ्या आकृतीकडे पाहात उभी होती.

■■■

४

बापू कंडक्टर

खेड एसटी आगारामध्ये बापू कंडक्टर हे नाव कुणाला ठाऊक नाही, असा माणूस शोधूनही सापडणार नाही. त्याचं ध्यानसुद्धा एखाद्या सर्कशीमध्ये काम करणाऱ्या विदूषकाप्रमाणे होतं. त्याला पाहाताच कुणालाही गालात खुदकन हसू यायचं. पन्नाशी ओलांडलेला, गोंधळलेला चेहरा, कोर्टातील पट्टेवाल्याप्रमाणे गळ्यात अडकविलेली पैशाची चामड्याची बॅग, त्याच्या तुंदिलातून अंगावर एसटी महामंडळाचा चुण्या पडलेला गणवेश असायचा, त्याच्या छातीच्या डाव्या बाजूला त्याच्या नावाचा पितळी बिल्ला होता, त्यावरील अक्षरं उन्हात चमकायची, त्याचा गोंधळलेला चेहरा नेहमी घामानं डबडबलेला असायचा, पँटीच्या खिशातील रुमाल काढून तोंड पुसण्यासाठी त्याचा उजवा हात रिकामा असायचा, त्याच्या सदऱ्याची बटणंसुद्धा वर-खाली लावलेली असायची. कधीकधी स्वारी हातातील तिकिटाचा ट्रे बाकावर ठेवून सदऱ्याची बटणं नीट लावण्यात गर्क असायची. तेव्हा आजुबाजूला असणारे प्रवाशी त्याच्याकडे विचित्र नजरेने पाहात. त्याला त्याची मुळीच पर्वा नसायची. त्याच्या सेवानिवृत्तीचे दिवस जसे जवळ येत होते, तसं त्याच्या वेंधळेपणात अधिकच भर पडत होती. कुणी प्रवाशी तो सदऱ्याची बटणं नीट लावताना दात काढून हसू लागला, तर बापू कधी चिडायचा नाही. बापू त्याला हसत हसत म्हणे, "एसटीच्या नोकरीत नेहमी असंच होतं. तुम्ही समजा माझ्या ठिकाणी असता तर तुमचीसुद्धा

माझ्यासारखी धांदल उडाली असती.'' बापू अवलिया होता. कुणाला काय बोलायचं हे त्याला चांगलं कळायचं.

बापू कंडक्टरची आणि माझी भेट नक्की केव्हा आणि कोठे झाली, हे आता आठवत नाही. माझी त्याच्याशी तशी जुनी ओळख होती. त्याच्या वागण्यात आणि बोलण्यात काडीचादेखील बदल झाला नव्हता. पावसाळा जवळ आल्यावर एखाद्या उंच झाडावर सुतारपक्षी ज्याप्रमाणे घरटं बांधण्यात दंग असतो, त्याप्रमाणे बापू त्याच्या कामात सदान्कदा व्यस्त असायचा. आठवड्यातून एकदा शनिवारी त्याला सुट्टी असायची. सुट्टी असल्यावर घरात विश्रांती घेत बसणारा बापू कसला? तो कधी विश्रांती घेण्याचं नावदेखील काढायचा नाही. रिकाम्या तांदळाच्या गोणी डोक्यावर घेऊन बापू सुट्टीच्या दिवशी तांदूळ गोळा करण्यासाठी गावात वाडी-वाडीत अनवाणी पायानं फिरायचा. शेतकऱ्यांकडून कमी किमतीत विकत घेतलेला तांदूळ तो मुंबईला गाडी घेऊन गेल्यावर तिथं ओळखीच्या लोकांना जादा भावाने विकायचा. या कामात त्याला चार पैसे मिळत. डोक्यावरून तांदळाच्या गोणी घेऊन जाताना त्याला कधी लाज आडवी आली नाही, कधी अति श्रमानं तो कुणावर चिडला नाही. 'आराम हराम आहे' असं तो तरुण पिढीला अगदी ठणकावून सांगायचा.

बापूची धडपड पाहून गावातील लोक त्याला सहानुभूतीनं म्हणत,

''बापू, एवढी कशाला दगदग करीत असत्योस. तुझी एवढी एसटीतील चांगली नोकरी आहे, शेतीवाडी आहे, तुझं आता उतारवय आहे. थोडा तरी आराम कर.''

बापू समोरच्याचं म्हणणं अगदी शांतपणे ऐकून घ्यायचा. मग डोळ्यांची बुबुळं त्याच्यावर रोखून तो त्याला थोड्या गंभीर आवाजात म्हणायचा,

''माणसानं कुणाची चोरी आणि लांडीलबाडी करू नये. कष्ट करून खायला कुणाच्या बापाची भीती नाही. आपल्या कोकणी माणसाला काम करायला नको. फुकट कुणी खायला देतं का ते पाहायचं, नि दुसऱ्याच्या उचापत्या करीत गावात फिरायचं. याशिवाय त्यांच्या हातून काही होणं नाही. घाटी लोक नेहमी आपल्याला हसत म्हणतात, की कोकणी माणसं आळशी नि नेहमी कोर्ट-कचेरी करीत बसणारी. त्यांचं म्हणणं खोटं नाही. याची आपण थोडी तरी लाज बाळगायला हवी. रिकाम्या वेळेत टिवल्या-बावल्या करायला मला जमत नाही. माझ्या घरी काय जेवायला मिळत नाही म्हणून मी ही दगदग करीत नाही. माझ्या मालकीची गावात पन्नास-साठ एकर जमीन आहे. त्यात नारळ-पोफळी, कलमी आंब्याच्या बागा आहेत, गोड्या पाण्याची विहीर आहे.''

बापूचं बोलणं ऐकून समोरच्या माणसाची बोलती बंद व्हायची. बापूचा जगण्याचा

हिशोबसुद्धा अगदी सरळ आणि साधा होता. त्यात कसल्या आडवाटा नव्हत्या नि पळवाटासुद्धा नव्हत्या. त्याचं जगणं सरळ रेषेतील होतं, त्यात काडीचीदेखील गुंतागुंत नव्हती. बापू कुणाच्या खाजगी आयुष्याबद्दल तोंडातून ब्र- सुद्धा काढायचा नाही. उतारवयातदेखील त्यानं तो नियम अगदी काटेकोरपणे पाळला होता. त्यामुळे त्याला कधी मानसिक क्लेश होत नसे. कुणी त्याच्यावर नाहक चिखलफेक केली, तर बापू त्याला बाप म्हणून सोडायचा नाही.

बापू कष्टाळू होता. परंतु त्याला बायको मात्र कष्टाळू मिळाली नाही. ती मुलखाची आळशी होती. सकाळी कामावर जाताना ती त्याला लवकर उठून पोळी-भाजी बनवून डब्यात द्यायची नाही. बापू कधीकधी तिच्यावर चिडायचा. बायकोची खरडपट्टी काढीत तो तिला आवाज मोठा करून म्हणायचा,

"मालती, मोठ्ठी खोतीण झालीस वाटतं. बामणाच्या पोटी जन्माला आलीस म्हणून तुझी ही असली थेरं चालतात. कुण्या कुणब्याच्या पोटी जन्माला आली असतीस म्हणजे तुला कामं कशी करायची असतात, ते चांगलं कळलं असतं. बुडाला वाळवी लागली तरी उठून काम करण्याची तुझी इच्छा होत नाही. कमाल आहे तुझी."

बायकोची खरडपट्टी काढून झाल्यावर बापू अंगावर खाकी वर्दी चढवायचा नि मळलेली पायवाट डुलत डुलत तुडवायला सुरुवात करायचा. बापूच्या पँटीचे खिसे मोठे असायचे. त्यात तो नेहमी चणे-चुरमुरे भरून ठेवायचा. दुपारी त्याच्या पोटात कावळे ओरडायला लागल्यावर स्टँडच्या बाकावर बसून मूठ-मूठ चणे-चुरमुरे तोंडात अधाशागत कोंबायचा. माझी आणि त्याची कधीकधी बसस्थानकामध्ये तो चणे-चुरमुरे खात असताना योगायोगानं गाठ पडायची. माझ्या डोळ्यांसमोर चणे-चुरेमुरेची मूठ धरून तो मला आग्रह करीत म्हणायचा,

"भाऊसाहेब, चणे-चुरेमुरे खाताव?"

मी त्याला नम्रपणे नकार द्यायचो. त्यावेळी मला माझी लाज आडवी यायची. बापूकडे दानत होती. तो कधी कुणाबद्दल मनात दुष्ट हेतू बाळगीत नसे.

या मतलबी जगात बापूनं कष्टाच्या पैशाशिवाय कधी हरामाचा पैशाला हातदेखील लावला नाही. त्याला हरामाच्या पैशाचा मनस्वी तिटकारा असायचा. भ्रष्टाचारी लोकांचा तो द्वेष करायचा. रोजचा चहा-पाण्याचा खर्च सुटण्यासाठी काही कंडक्टर बँगेत सुटे पैसे असूनसुद्धा प्रवाशांना त्यांचे उरलेले पैसे परत करीत नसत. बापू त्याला खरोखर अपवाद होता. सकाळी कामावर जाताना बापू नेहमी सात-आठ दुकानं फिरून चिल्लर जमवायचा.

मला एकदा बापूच्या एसटी बसमधून प्रवास करण्याचा योग आला होता. योगयोगानं त्या दिवशी त्याच्या चामड्यातील बॅगेतील चिल्लर संपली होती. तिकिटाच्या पैशातील माझे त्याच्याकडे आठ आणे द्यायचे राहिले होते. गाडीतून उतरल्यावर मी ते विसरूनसुद्धा गेलो होतो. परंतु बापू मुळीच विसरला नव्हता. त्याची ड्यूटी संपल्यावर तो 'अहो भाऊसाहेब ऽऽ अहो भाऊसाहेब ऽऽ' अशा मोठ्या आवाजात हाका मारीत माझ्या खोलीवर आला. मी त्याचं हसून स्वागत करीत 'या बापूराव' असं म्हणालो. बापू घरात आला नाही. दरवाजाजवळ उभा राहून पँटीच्या खिशातून पन्नास

पैशाचं नाणं बाहेर काढीत तो मला म्हणाला.

"हे तुमचे तिकिटाच्या पैशातील... राहिलेले आठ आणे. घ्या पाहू."

"बापूराव, कशाला त्रास घेतलात. पैसे राहिले असते तर चालले असते. आठ आण्याची काय बाब?"

"छे! छे! मला ते जमणार नाही. एसटी महामंडळ मला महिन्याला पगार देतं. तो पैसा मला महिनाभर तरी पुरतो. आणखी मला कशाला हवाय पैसा?"

मी त्यानं दिलेले आठ आणे माझ्या हातात घेतले आणि त्याला आग्रह करीत म्हणालो,

"बापूराव, चहा घेऊन जा."

"मला आता वेळ नाही. मी पुन्हा कधीतरी तुमच्याकडे चहा घेण्यासाठी म्हणून मुद्दाम येईन."

बापू त्याच्या कामाला निघून गेल्यावर मी माझ्या मनात असा विचार करू लागलो की, त्याच्यासारखी जर प्रामाणिक, नि:स्वार्थी माणसं एसटी महामंडळाच्या खात्यात असती, तर ते खातं कधीही आर्थिक तोट्यात गेलं नसतं. एसटी महामंडळानं प्रवाशांचादेखील विश्वास संपादन केला असता.

बापू आणि मी पूर्वी एकाच खेडेगावात राहात होतो. त्याचं घर माझ्या खोलीपासून अगदी हाकेच्या अंतरावर होतं. त्याची आणि माझी गाठ पडण्याचं हमखास ठिकाण म्हणजे सुरूच्या झाडाखाली असलेला एसटीचा थांबा. मीटिंग किंवा सामानाच्या खरेदीसाठी मी तालुक्याला जात असे. सकाळी ड्यूटीवर जायला निघालेला बापू रस्त्याच्या कडेला असणाऱ्या दगडी गार्डस्टोनवर बसलेला मला तो दिसायचा. त्याच्या अंगावर खाकी, मळलेला गणवेश असायचा, दाढीचे खुंट वाढलेला, त्याच्या हातांत दोन-तीन कापडी रिकाम्या पिशव्या असत. बापूला खूप बोलायला लागायचं. त्याच्याशी बोलायला कुणी त्याला भेटला नाही, तर तो मनात निराश व्हायचा. कुणी ओळखीचा, बोलणारा भेटला की त्याची ब्रह्मानंदी टाळी लागायची. मग बापू आपणहून त्याला हाक मारून त्याची चौकशी करायचा,

"बारक्या, बेस आहेस ना?"

"व्हय."

"पोरं बेस आहेत ना?"

"व्हय. औंदा खलाटीची भातशेती तुमी कुणाला करायला देणार हाव?"

"का? तू करणार आहेस?"

"न करायला काय झालं."

"रांडच्यांनो, तुम्हाला जमिनी करायला दिल्या म्हणजे लगेच माज येतो. दोन खंडी शेतात भात पिकला की, खोताला एकच खंडी भात झाला म्हणून खोटं सांगायचं. खोत कशाला झक मारायला मळणीच्या ठिकाणी येत्योय. समजा, मी तुला माझी जमीन करायला दिली, तर गावच्या तलाठ्याला हाताशी धरून त्यात तुझं नाव लावून घेणार नाहीस कशावरून? बोल की आता."

"खोतानू, लबाड बोललू की माझी जीभ झडंल बगा. एकडाव तुमी मला तुमची खलाटीची जिमीन करायला द्या. त्यात तुमाला जर लबाडी दिसली की, तुमी मला पुन्नींदा दारात कधी हुभा करू नका."

"तो हरि राणीम मोठा लबाड माणूस आहे. एकदा मी त्याला माझी माळावरची भातशेतीची जमीन करायला दिली होती. रांडच्यानं मला अंधारात ठेवून तालुक्याच्या मामलेदाराकडे ७० ब खाली कूळ म्हणून नाव दाखल होण्यासाठी दावा दाखल केला. जमीनमालकाची संमती असल्याशिवाय त्या जमिनीला कूळ म्हणून कुणाचंही नाव लागत नाही, हे मला ठाऊक होतं. माझ्याकडे यायला त्याला लाज वाटते. महसूल खात्यातील अधिकाऱ्यांना पैसे चारूनसुद्धा, अशी बेकायदेशीर कामं कधी होत नाहीत, हे त्या राणीमला कळायला हवं होतं. रांडच्याची अक्कल शेण खायला गेल्यावर त्याला ही अशी दुर्बुद्धी सुचते. आमच्या वाडवडिलांपासून पोटच्या मुलाप्रमाणे आम्ही त्या जमिनी सांभाळल्या आहेत. त्या जमिनी मी अशा भडभुंज्यांना फुंकून टाकणार नाही. एकदा का कधी जमिनीला कूळ म्हणून नावं लागली, की मग हे लोक त्या जमिनी प्रांताची परवानगी घेऊन कवडीमोल किमतीत एजंटांना विकून टाकणार. प्रांत पैसे घेऊन यांना कूळ कायद्याच्या जमिनी विकायला लगेच परवानगी देणार. मुंबईची गटारं सुधारली, परंतु या गावातील लोकं अजून सुधारली नाहीत. मी असं बोललो म्हणजे लगेच यांच्या नाकाला मिरच्या झोंबतात. मग हे माझ्या नावानं शिमगा करणार. हा बापू खोत कुणाच्या बापालासुद्धा घाबरणारा नाही. अख्ख्या गावाला तो एकटाच पुरून उरेल."

"बापू, मी त्या हरि राणीमगत बेईमान कधी व्हनार न्हाय. दुस्काळ पडला व्हता त्या वर्साला तुमच्या वडिलांनी मला कणगी फोडून चार पायली भात घातला व्हता. तवा माझी पोरं जगली. मी त्ये दिस कधी इसरनार न्हाय बगा."

बारक्याचं बोलणं ऐकून बापूचा चढलेला रागाचा पारा एकदम खाली यायचा. मग तो थोडं विषयांतर करीत त्याच्याकडे चौकशी करायचा.

"बारक्या, रात्री देवळात कुणाबद्दल बैठक होती?"

"आपल्या गावच्या पोलीस पाटलाबद्दल."

"काय केलंय त्यानं?"

"त्यानं नरसू परटाच्या पोरीवर बळजोरी केलीय. ती आता दोन म्हैन्यांची पोटुशी हाय म्हनत्यात."

"आपल्या गावच्या पंचांचं काय म्हणणं आहे?"

"पंचांनी पोलीस पाटलाला पाचशे एक रुपये दंड केलाय. त्ये पैसं त्यांनी आपसात वाटून बी घेतलंत."

"हे कसले भाडखावू पंच. त्यांच्या ढुंगणावर लाथा घालून त्यांना गावच्या बाहेर हाकलून द्यायला पाहिजे. रांडचे पैसे खायला सोकावलेत. गाव तिकडे खड्ड्यात का जाईना. त्याचं त्यांना कायसुद्धा सोयरसुतक नाही.

बापूची सुरू झालेली टकळी एसटीचा आवाज ऐकून थांबायची. मग तो हात दाखवून एसटी थांबवायचा नि ड्यूटीवर निघून जायचा.

गावातील तरुण पिढीबद्दलचं बापूचं मत कधीही अनुकूल नव्हतं. तो त्यांच्यावर नाराज होता. गावातील तरुण मुलं शेतीची कामं करीत नाहीत, तालुक्याला जाऊन उच्च शिक्षण घेत नाहीत, तरुण मुलींची आणि महिलांची टिंगळ-टवाळी करीत गावात फिरतात याचा बापूंना मनस्वी राग यायचा.

मी एकदा बापूला सहज तरुण पिढीबद्दलचं त्यांचं मत विचारलं. बापू नाराजीच्या सुरात मला म्हणाला,

"भाऊसाहेब, तरुण पिढीला कष्टाची कामं करायला नकोय. आजची तरुण पिढी पार वाया गेलीय. त्यांच्याकडून भविष्यात काहीही होणार नाही. ही अगदी काळ्या दगडावरची रेघ आहे. आठवी, नववीत पोरगा नापास झाला, की त्याचा बाप मुलाला शाळा सोडून द्यायला सांगतो. मग ही असली वाया गेलेली कार्टी मुलींची, महिलांची छेडछाड करीत गावात फिरतात. एखादी मुलगी पोटुशी राहिली की, पंच त्या मुलाला बैठक घेऊन दंड लावणार. ते पैसे मग आपसात वाटून घेणार. असल्या लबाड पंचांकडून कसला लोकांना न्याय मिळणार आहे? दंड भरून पुन्हा ती कार्टी दुसरीकडे शेण खायला मोकळी होतात. ओठावर मिसरूड न फुटलेली कार्टी दारवा पिवून आईशी बापासाला दांडकतात. ही आमच्या गावाची संस्कृती, या संस्कृतीला काय चुलीत घालायचंय? बरं, या कार्ट्यांना चार समजुतीच्या गोष्टी सांगायला जावं, तर सांगणाऱ्याचा उपमर्द करायला ते कमी करीत नाहीत. त्यापेक्षा त्यांना काहीही सांगायचं नाही, असं मी मनात अगदी ठरवून टाकलं आहे. काशीत जाऊ दे त्यांना. या बापूला त्याचं काहीही सोयरसुतक नाही."

बापूनं मला अगदी त्यांच्या मनातील दुःख पोटतिडकीनं सांगितलं. मी थोडं

विषयांतर करीत त्याला म्हणालो,

"बापू, तुमच्या नवीन पाडलेल्या विहिरीजवळ भाजीचं पीक चांगलं आलंय. मी काल तुमचा भाजीचा मळा पाहून आलोय."

"भाऊसाहेब, मला एसटीच्या नोकरीतून वेळ मिळाला की मी भाजीच्या मळ्यात घाम गाळीत काम करतो. टोमॅटो, वांगी, गवार, पावटा, कुळीथ इत्यादी भाजीपाला मी त्या शेतात वर्षाला करीत असतो. त्यात मला चार पैसे मिळतात. परंतु त्यात एक अशी अडचण आहे, की आमचं गाव चोरी करण्यात एकदम पटाईत. मी घाम गाळून भाजीपाला लावायचा नि या लोकांनी रात्री चोरून ती घरी न्यायची. माझी बायको म्हणजे मोठी खोतीण. सुंभ जळला पण पीळ गेला नाही, अशी तिची तऱ्हा आहे. माझी बायको म्हणून मी तिचं लपवून ठेवणार नाही. लोकांनी माझ्या शेतात चोऱ्या करून त्यांची तिकडे त्यांनी घरं भरली, तरी ही घरातून कधी बाहेर पडायची नाही. ताक-भात खायचं नि नुसत्या झोपा काढायच्या. या गावची तिच्यावर सावली पडली आहे. तिला तर बोलून त्याचा काय उपयोग?"

कौरव-पांडव लढाई करण्यासाठी कुरुक्षेत्रावर आमने-सामने आले होते. आपल्या समोर रक्ताची नाती पाहून आधी अर्जुनाला त्यांच्याशी कसं लढाई करायची म्हणून पेच पडला होता. बापू स्वत:ची बायको चुकली, तर तिची चार-चौघात खरडपट्टी काढायला मुळीच मागे-पुढे पाहात नसे. त्याच्याकडून नकळत चूक झाली, तर तो 'तोबाऽऽ तोबाऽऽ' म्हणत माफी मागायचा.

बापू जन्माला आला होता. परंतु त्यानं त्याच्या आयुष्यात कोणतंही व्यसन केलं नव्हतं. नुसतं ताक-भात खावून आणि मरमर कष्ट करून त्यानं त्याचं शरीर उतारवयातदेखील निरोगी, धडधाकट ठेवलं होतं. आश्चर्य म्हणजे उन्हाळा, हिवाळा आणि पावसाळा या तीन ऋतुमानाचा त्याच्या शरीरावर काहीही परिणाम होत नसे.

पावसाळा सुरू झाला की, लोकांची छत्र्या, रेनकोट विकत घेण्यासाठी धांदल उडत असते. बापू त्या फंदात कधी पडायचा नाही. बाहेर धोऽ धोऽ पाऊस कोसळू लागल्यावर बापूच्या अंगात भलताच जोर चढायचा. एखादं रिकामं बारदाण डोक्यावर घेऊन बापू कोसळणाऱ्या पावसातून झपझप चालत जायचा. तेव्हा त्याच्या मुखात रामदास स्वामींचे श्लोक असत -

नको रे मना द्रव्य ते पूढिलांचे।
अति स्वार्थबुद्धि न रे पाप साचे।।
घडे भोगणे पाप ते कर्म खोटे।
न होता मनासारिखे दुःख मोठे।।

पावसात भिजलेलं मजेशीर ध्यान पाहून मी एकदा बापूला हसत हसत विचारलं,

"बापू, तुम्ही एवढं पावसात चिंब भिजत असता. मग तुम्हाला ताप, सर्दी खोकला कधी होत नाही का?"

माझा बालिश प्रश्न ऐकून आधी बापू गालात खुदकन हसला आणि माझी शंका दूर करण्यासाठी तो हवेत हातवारे करत मला म्हणाला,

"भाऊसाहेब, तुमची शंका बरोबर आहे. परंतु त्याचं कारण असं आहे, की माणूस जेवढा निसर्गाच्या जवळ जातो तेवढा तो रोगापासून दूर जात असतो. कातकरी, आदिवासी बायका जंगलात बाळंत होतात अन् लगेच कामाला लागतात. त्यांना काहीही होत नाही. मी कधी तंबाखू, मावा, दारू-सिगारेटचं व्यसन केलं नाही. ताक-भात खाऊन घाम गाळतो. म्हणून कोणताही आजार मला कधीही होत नाही. जन्माला येऊन मी दवाखान्याची पायरी कधी चढली नाही आणि यापुढे - सुद्धा चढणार नाही."

बापूचं बोलणं मला एकदम पटलं. बापूला त्याचा मुद्दा जर पटवून सांगायचं असेल, तर आधी 'समज्या' असं म्हणायची त्याची खास कोकणी पद्धत होती. पुढे तो मला आणखी म्हणाला,"समज्या, मी विडी-सिगारेट ओढलं असतं, दारू प्यालो असतो, तर मला नक्की टीबीची बिमारी झाली असती, माझं लिव्हर खराब होऊन मी आतापर्यंत वर पोहोचलो असतो."

गावात कुठं मयत झालं, की त्याची खबर आधी बापूला लागायची. बापू मयताच्या नातेवाईकांचं सांत्वन करण्यासाठी तिथे जायचा; गावात कुणाचं लग्न असेल, तर आहेराचं पाकीट खिशात घेऊन लग्न मंडपात बरोबर लग्नवेळी हजर व्हायचा; लग्न झाल्यावर आहेराचं पाकीट देताना बापू नवथर वधू-वरांना तोंडानं 'फक्त दोन' असं म्हणायचा.याचा अर्थ असा असायचा, की दोन मुलांनंतर तिसरं मूल होऊ देऊ नका. वधू बिचारी लाजाळूच्या पानागत लाजायची. वराला मात्र आतून आनंदाच्या उकळ्या फुटायच्या.

प्रामाणिकपणे नोकरी करून बापू एसटी महामंडळाच्या सेवेतून निष्कलंक निवृत्त झाला. ज्याला कामाशिवाय स्वस्थ बसणं माहीत नाही, असा माणूस काही ना काही काम नेहमी मधमाशीप्रमाणे करत असतो. बापूसुद्धा त्याला अपवाद नव्हता. बारोमास बापूच्या उलाढाल्या सुरू असत. शेती, नारळ, पोफळी, काजू-कलमाच्या बागेत बापू निवृत्तीनंतरसुद्धा दिवस-रात्र खपू लागला. उतारवयात ढोर मेहनत करून गावातील तरुण पिढीसमोर त्यानं एक आदर्श निर्माण करून ठेवला होता.

■■■

५

नाना कोतवाल

त्याची साठी जवळ आली होती. ठेंगणी मूर्ती, त्याच्या डोक्यावरील संपूर्ण केस आणि त्याची दाढी पिकली होती, गहू वर्ण, सुरकुत्यानं भरलेला चेहरा उन्हानं रापला होता, त्याच्या अंगात ढगळ सदरा आणि चुरगळलेली पँट असायची, त्याच्या पायात अंगठा तुटलेल्या चपला असायच्या, कडक ऊन असेल त्यावेळी त्याच्या डोक्यावर गांधी टोपी दिसायची, नाना कोतवाल म्हणून तो अवघ्या पंचक्रोशीत प्रसिद्ध होता. नाना अवलिया होता, या बोटावरची थुंकी त्या बोटावर कशी न्यायची, याचं ज्ञान कुणीही नानाकडून शिकून घ्यावं. नाना त्यात महावस्ताद होता, असं म्हटलं तरी ते चुकीचं मुळीच ठरणार नाही. त्याच्या परोक्ष लोक त्याला गमतीनं 'थापाड्या' असं म्हणत. नानाला ते ठाऊक असलं तरी तो ते बोलणं कधीही मनावर घेत नसे, लोकांची बोलणी नाना अगदी हसण्यावारी न्यायचा. नानाला नियतीकडून खणखणीत आवाजाची मुळात देणगी मिळाली होती. तो पुढारी झाला असता, तर भाषण करताना त्याला माईकची मुळीच गरज भासली नसती. परंतु दुर्दैवानं सटवीनं त्याच्या नशिबी 'गावकोतवाल' म्हणून लिहिलं होतं. वाऱ्याची दिशा बदलते तशी सटवीनं लिहिलेलं नशीब कधी बदलत नाही. नानालासुद्धा ते पक्कं ठाऊक होतं.

ईश्वर दयाळू आहे. त्यानं नाना कोतवालाच्या पदरात एक नाही, दोन नाहीतर एकूण सात मुलं घातली होती. त्याला पाच मुली आणि दोन मुलगे होते. नवरा-

बायकोला धरून त्याच्या घरात खाणारी एकूण नऊ माणसं होती. नानाची थोरली मुलगी उपवर झाली, तशी नाना तिच्या लग्नाची तयारी करू लागला. त्या मुलीचं एका कुणबी समाजातील मुलावर प्रेम होतं. तिनं ते घरी कुणाला सांगितलं नाही. नंतर

ते नानालासुद्धा कळलं. मराठा आणि कुणबी यांच्यात रोटी-बेटीचा व्यवहार होत नाही. नाना उपवर मुलीची समजूत काढू लागला. त्यात त्याला बिलकुल यश येत नव्हतं. नाना रात्री दारू ढोसायचा नि त्याचा राग बिचाऱ्या गरीब बायकोवर काढायचा. तीन मुलांनंतर नसबंदी करून घेतली असती, तर फार बरं झालं असतं, असं आता त्याला वाटत होतं. परंतु आता कमानीतून तीर सुटला होता. वेळ निघून गेल्यावर त्याचा विचार करूनसुद्धा उपयोग होत नाही.

'ढोलकीपट्टू' म्हणून नानाचं नाव अवघ्या पंचक्रोशीत गाजत होतं. त्याच्या हाताच्या बोटात जादू होती. पिपाणीचा सूर जसा निनादतो, तसं त्याच्या ढोलकीचा आवाज दाही दिशेला घुमायचा. भजन-कीर्तनात ढोलकी वाजवायची असेल, तर त्याचं निमंत्रण आधी नानाला मिळायचं. नानाचा आवाज खणखणीत होता. 'अहाहा रे गबरू' म्हणत नाना गळ्यातील ढोलकीवर ताल धरायचा. नाना ढोलकी वाजवायला लागला, की त्याच्यासमोर बसलेली मंडळी आनंदानं माना हलवू लागायची.

नानाला एकदा मी हरभऱ्याच्या झाडावर चढवीत म्हणालो,

"नाना, गावकरी म्हणतात की तुम्ही ढोलकी फार छान वाजविता म्हणून."

माझं बोलणं ऐकून नाना एकदम खुलला. त्याची छाती गर्वानं थोडी फुगली. नि तो थोडा वेळ मोरपिसागत हवेतच तरंगू लागला. नंतर पिकलेल्या मिशीवर मोठा पराक्रम गाजविल्याप्रमाणे पालथी मूठ फिरवून तो मला म्हणाला,

"भाऊ, माझ्या ढोलकीचा बोलबाला या रामखंडात सगळीकडेच झालाय. पैल्यापास्नं मला ह्यो ढोलकी वाजविण्याचा नाद हाय बगा. पैल्या धारेची कडक अर्धी बाटली आधी हाणल्याबिगार मी कंधी गळ्यात डोलकी अडकवलेली न्हाय. माझ्या ढोलकीच्या आवाजानं फेटे, पागोटे हलायला लागल्यावर आणखी माझ्या अंगात खुमखुमी येत असत्ये बगा. मंग निम्मी रात कवा सरून गेली, हे कळत दिकून न्हाय. आयपांढरीची शपथ."

"तुम्हाला अभंग म्हणायला येतो?"

"तर वं. पाण्यातला मासा पावल्याबिगार ऱ्हाईल का?"

"एखादा अभंग मला म्हणून दाखवा." मी त्याला आग्रह करीत म्हणालो,

पडत्या फळाची आज्ञा शिरसावंद्य मानून नाना घसा खाकरून सूर आळवू लागला. मी जिवाचे कान करून त्याचा अभंग ऐकण्यासाठी उत्सुक झालो होतो. नाना खणखणीत आवाजात संत तुकाराम महाराजांचा अभंग गाऊ लागला,

सुंदर ते ध्यान उभे विटेवरी
कर कटावरी ठेवूनिया ॥१॥

तुळसीहार गळा कांसे पितांबर।
आवडे निरंतर हेचि ध्यान ।।धृ।।
मकर कुंडले तळपती श्रवणी।
कंठी कौस्तुभमणि विराजित ।।३।।
तुका म्हणे माझे हेची सर्व सुख।
पाहीन श्रीमुख आवडीने ।।४।।

नानाच्या रूपानं देवी सरस्वती गळ्यात वीणा अडकवून तुकारामाचा अभंग गोड गळ्यानं गात आहे, असा मला क्षणभर भास झाला. कितीतरी दिवसांनी पवित्र, मंगलमय शब्द माझ्या कानावर पडल्यानं अमृतात सचैल स्नान केल्याचा आनंद मला झाला. मी नानाला दाद देत म्हणालो,

"व्वा नाना. फारच छान. आपण तुम्हाला खरोखर मानलं बुवा."

मी केलेली तारीफ ऐकून नाना मनात खूश झाला आणि त्यानं त्याच्या घट्टे पडलेल्या तळहातावर गायछाप तंबाखू मळायला घेतली. त्यावर अंगठ्याच्या नखानं कळीचा चुना लावून तो आढ्याकडे पाहत सावकाश मळू लागला. मी त्याच्या शरीराच्या हालचाली डोळ्यांनी निरखू लागलो.

नाना खोटं बोलण्यात जसा पटाईत होता, तसा तो ऑफीसला दांड्या मारण्यातसुद्धा होता. तो कामावर आला नाही की, झक मारत त्याचं काम मला करावं लागत होतं.

एकदा नाना मला काहीही न सांगता आठ दिवस गायब झाला होता. वरिष्ठाकडून मला जमीन महसूल वसुली करण्यासाठी तगादा लागला होता. नाना बरोबर नवव्या दिवशी अचानक तलाठी कार्यालयात उगवला. त्याला पाहून मला राग आलेला. मी त्याला दमात घेत अगदी करड्या आवाजात विचारलं,

"नाना, आठ दिवस तुम्ही न सांगता कुठं बेपत्ता झाला होतात? तुमच्यामुळे माझं वसुलीचं काम झालं नाही. त्यामुळे मला वरिष्ठांची नाहक बोलणी खावी लागणार आहेत."

माझं बोलणं नानानं समोरच्या लाकडी बाकावर बसून अगदी शांतपणे ऐकून घेतलं. नंतर दीर्घ नि:श्वास सोडून तो गंभीर आवाजात मला म्हणाला,

"भाऊ, गेल्या हप्त्यात मी टेंपोनं तालुक्याला जात असताना तो पलटी व्हवून अपघात झाला. मला सरकारी दवाखान्यात दाखलं केलं होतं, नशिबानं मी वाचलू बगा, माझी बायकु रांडमुडं झाली असती, पोरं उघड्यावर पडली असती, लई मुका मार छातीला लागलाय बगा."

मी त्याच्याकडे निरखून पाहिल्यावर तो माझ्याशी खोटं बोलत आहे, हे माझ्या चटकन ध्यानात आलं होतं. अपघाताची एकसुद्धा खूण त्याच्या शरीरावर मला दिसत नव्हती. मी त्याचं कारण त्याला विचारत म्हणालो,

"तुमच्या अंगावर अपघाताची एकसुद्धा खूण दिसत नाही."

"समदा मुका मार बसलाय, छातीच्या बरगड्यांचा, भुगा झालाय, आयच्यान. मी लबाड बोलत न्हाय."

मी त्याच्या नादी लागणं सोडून दिलं आणि माझं काम करू लागलो.

काम करून मला कंटाळा आल्यावर मी नानाजवळ छानपैकी गप्पा मारीत बसायचो. नानाकडे ऐकण्यासारखं एकापेक्षा एक झकास किस्से असत. लाकडी बाकावर पायावर पाय ठेवून नाना एखादी कडू-गोड घटना अगदी तिखट-मीठ लावून मला रंगवून रंगवून सांगू लागल्यावर वेळ कसा गेला, हे मुळी कळत नसे.

माझ्याशी गप्पा मारीत असताना एकदा नाना मला म्हणाला,

"भाऊ, तुमाला ऐकून खरं वाटणार न्हाय. मी मांत्रिक हाय. तुमचं कसलं बी जनावर (सर्प) असू दे. मी मंत्र टाकून त्याला आक्शी जागच्या जागी थांबू शकतो. जरा बी हलू देणार न्हाय. ईचू, इंगळी चावलं की मी त्याचं ईख भारणी टाकून झटक्यात खाली उतरवू शकतो. लोक माझ्याकडं लांबून-लांबून भारणी टाकून घ्यायला येतात."

मी नानाला आग्रह करीत म्हणालो,

"नाना, मला तुम्ही भारणीची विद्या शिकवाल का?"

"छ्याऽऽ छ्याऽऽ तुमास्नी ती इद्या शिकायला जमायचं न्हाय, तंबाखूची गुळणी दाढेखाली ठेवून नाना म्हणाला. "पथ्यपाणी कडक पाळावं लागतं, त्ये लई कडक अस्तं बगा, मी जेवायला बसलु की, बाईच्या हातातील बांगड्यांचा आवाज झालेला मला चालत न्हाय, तवा दिवा सुदीक जाता कामा न्हे. न्हायतर अर्ध्या जेवनावयनं उठावं लागतं. गिऱ्हान लागलं की ते सुटे पावोत नदीच्या पाण्यात जावून बसावं लागतं. मंग थंडी, पाऊस काय बी असू. त्यो नेम कंधी चुकता कामा न्हे."

नानाचं बोलणं ऐकून मी त्याला हसता हसता म्हणालो,

"मग मांत्रिकाला दारू कशी बुवा चालते?"

नाना महाबिलंदर आणि हजरजबाबी आहे, हे मला ठाऊक होतं. क्षणाचाही विलंब न करता तो मला म्हणाला,

"भाऊ, दारू म्हंजी या धरणीवरचं तीर्थ. देवाला दिकून त्ये चालतं बगा. पूर्वी साधू-संत सुदीक भांग पीत असत. मग त्ये मला का न्हाय चालणार?"

नानाचं सडेतोड उत्तर ऐकून मी तोंडाचा 'आ' वासून त्याच्याकडे पाहू लागलो. त्याच्या त्या प्रश्नाचं मी काय कपाळ उत्तर देणार? नानानं माझी बोलती बंद करून टाकली होती. मनातल्या मनात मी नानाला माझा गुरू मानला. डोळ्यांच्या कोपऱ्यांतून नाना माझा असहाय्य चेहरा निरखीत होता.

पाण्यात सोडलेला बुडबुडा कधी पाण्यात राहत नाही. तसं खोटं बोलणाऱ्या माणसाचं कधी ना कधीतरी पितळ उघडं पडतं. नाना खोटं बोलल्यामुळे एकदा माझ्यासमोर अडचणीत आला होता. नानानं सलग तीन दिवस कामावर दांडी मारून तो चौथ्या दिवशी ऑफिसात उगवला. त्याला पाहाताच मी त्याला आवाज मोठा करून त्याला त्याचा जाब विचारत म्हणालो,

"नाना, तुम्ही मला न सांगता सलग तीन दिवस का दांडी मारलीत?"

तो घसा खाकरून मला म्हणाला,

"भाऊ, मी नशिबानं वाचलू बगा."

"काय झालं?"

नाना त्याच्या पायाकडे बोट दाखवित मला घोगऱ्या आवाजात म्हणाला.

"अवं, मला परवा इंचू चावला होता. या आगोठच्या दिसात इंचू गरबार असतात. त्याला लई ईख असतू."

"तुम्ही मांत्रिक आहात. तुम्हाला विंचू कसा चावेल?"

मी नानाला अविश्वासानं म्हणालो.

"अवं इंचवाचा काय नेम. तो कुणाला बी चावतु."

"मग तुम्ही तुम्हाला चावलेल्या विंचवाचं भारणी टाकून का विष उतरलंत नाही?" मी त्याला अगदी स्पष्ट शब्दांत विचारलं.

"भाऊ, तुमास्नी एक गोष्ट ठाव न्हाय. स्वत: मांत्रिक असलु तरी मला स्वत:वर भारणी टाकता येत न्हाय."

मंत्र-तंत्र, जादू-टोणा, जाप, करणी-भारणी या कर्मकांडातील माझं ज्ञान अगदी शून्य होतं. मी निरुत्तर झाल्यामुळे नाना मनात सुखावला. बराच वेळ मी एकाच जागेवर बसलो होतो. त्यामुळे माझं शरीर अवघडून गेलं होतं. पाय मोकळं करण्यासाठी मी बसलेल्या खुर्चीतून उठलो. मंद पावलं टाकत अंगणात मोकळ्या हवेत आलो.

गावातील शेतकरी बारोमास त्यांच्या शेतात राबत असत. गवत काढणं, बांध-बंदिस्ती करणं, कवळ तोडणं, भाजावळ करणं इत्यादी ते शेतीची कामं करीत असत. नाना आणि त्याची बायको निर्मलाबाई मुलखाचे आळशी होते. नानाची दोन

एकर भातशेती होती. परंतु त्यानं कधीही शेतीची कामं वेळेवर केली नाहीत. गावात लोकांचं भाजावळ ज्यावेळी सुरू असायचं त्यावेळी नानाचं शेतात तोडलेलं कवळ आणून ठेवण्याचं काम सुरू असायचं. लोकांची भात लावणी पूर्ण झाल्यावर हा तेव्हा हातात नांगर धरून भात लावायला सुरुवात करी. नानांची सावली त्याच्या नांगराच्या बैलावरसुद्धा पडली होती. शेतात दोन तास मारून झाल्यावर त्याचे बैल मटकन खाली बसत. परत ते लवकर उठत नसत. मग त्यांना तुम्ही चामड्याच्या चाबकानं कितीही फोडून काढा. बैल चिखलात बसले की, नाना कपाळावर हात मारून घेई.

नानाची बायको निर्मलाबाई बायकांना सांगायची की, 'माझं मालक माझ्या संगं कामाला असल्याबिगार मला काम होत न्हाय.' नानाला कधीकधी त्याच्या बायकोचा राग यायचा. मग तो चारचौघांतदेखील तिची आय-भन काढायचा.

शेतात कामाचा घायटा सुरू झाल्यावर नाना त्याच्या बायकोला सांगायचा की, 'निर्मला, तू शेतात जा. मला हाफिसात अर्जंट काम हाय.' नाना तलाठी कार्यालयात कधी वेळेवर येत नसे. किराणा मालाच्या दुकानात किंवा एखाद्या पारावर तो कुणाशी तरी गप्पा मारीत बसत असे. 'धोबी का कुत्ता न घरका न घाटका' अशी त्याची गत होती. परंतु एखादं काम नानानं करायचंच म्हणून मनावर घेतलं, की ते काम पूर्ण झालंच म्हणून समजायचं. नानाला त्याच्या आतील आवाजानं आदेश दिला, की तो अंगात वीरश्री संचारल्यागत मला म्हणायचा, 'भाऊ, आता तुमी त्या कामाची बिलकूल काळजी करू नका. त्ये काम पुरं झाल्याबिगार मी मंगोरी येणार न्हाय.' मग उन्हानं जीव हैराण, होवो किंवा धोऽ धोऽ पाऊस असो. नाना त्याची बिलकूल पर्वा करायचा नाही. पायात तुटक्या वहाणा घालून तो लगेच तलाठी कार्यालयाच्या बाहेर पडायचा. त्यावेळी मला त्याचा खूप आधार वाटायचा.

परंतु जर नानाच्या आतल्या आवाजानं त्याला 'आज तलाठी भाऊंचं काम बिलकूल करायचं न्हाय' म्हणून सांगितलं, तर त्याच्या कानीकपाळी ओरडूनसुद्धा त्याचा काही एक उपयोग होत नसे. गावातील एखाद्या शेतकऱ्याकडे सरकारी महत्त्वाचं काम निघायचं. मी नानाला त्याला माझ्या ऑफीसमध्ये घेऊन यायला सांगायचो. माझ्या समाधानासाठी नाना तलाठी कार्यालयाच्या बाहेर पडायचा नि कुणाच्या तरी घरी चकाट्या पिटत वेळ घालवीत बसायचा. दोन तास मजेत घालवून तो मुद्दाम 'हाश हुश्श्य' करीत तलाठी कार्यालयात शिरायचा, बाकावर पाच-दहा मिनिटं डोळे मिटून शांत बसे, नंतर मडक्यातील गार पाणी तोंड वर करून घटाघटा प्यायचा. मी त्याच्या शरीराच्या हालचाली माझ्या खुर्चीत बसून निरखीत असे. पाणी पिऊन झाल्यावर तोंड वेंगाडून तो मला म्हणायचा,

''च्या मायला, येवड्या लांब तंगड्या तोडून सुदीक काम उपेग झाला न्हाय बगा. शांत्या कदम पैल्या गाडीनं तालुक्याला त्याच्या कामासाठी गेलाय. त्याची बायकु हिरी मला म्हणाली की, त्यो सांजपावोत काय घरला येणार न्हाय म्हणून.''

''त्याच्या बायकोजवळ निरोप ठेवून आलात का?''

''तर वं. कल त्यो सकाळी हाफिसात यील.''

''बरं.''

जित्याची खोड मेल्याशिवाय जात नाही. नाना कामचुकारपणा करण्यात अगदी पटाईत होता. या जगात जी बिलंदर माणसं आहेत. त्या सर्व माणसात नाना महाबिलंदर होता. दोन अधिक दोन या सोप्या गणिताचं उत्तर कुणीही पटकन चार म्हणून देईल. परंतु नाना त्याचं उत्तर पाच म्हणून द्यायचा. 'ते कसं?' म्हणून आपण त्याला विचारल्यावर त्याचं उत्तर तो पटवून द्यायचा. आयुष्यभर गरिबीनं नानाची कधीही साथ सोडली नाही. परंतु वाट्याला आलेल्या गरिबीत कसं मजेत जगायचं असतं, हे कुणीही नानाकडून शिकून घ्यावं. मग त्याच्या जीवनाचं अगदी कोटकल्याण झालंच म्हणून समजायचं. नाना कधीकधी लबाडी करून अडचणीत सापडायचा. परंतु युक्तीनं त्यातून सहीसलामत बाहेर सुद्धा पडायचा.

एके दिवशी मी माझं काम करीत बसलो होतो. दाढेखाली तंबाखू ठेवून नाना बाकावर विचार करीत बसला होता. हल्ली त्याला कसल्या तरी काळजीनं ग्रासलं आहे. हे माझ्या ध्यानात आलं होतं. तो बराच वेळ बाकावर विचार करीत बसायचा. या जगात जगणाऱ्या प्रत्येक माणसाच्या वाट्याला दु:ख येत असतं. दु:ख-सुख याच्या फेऱ्यात माणूस आयुष्यभर अडकलेला असतो. डोंगराएवढं दु:ख पचवून जवाएवढं सुख त्याच्या वाट्याला येत असतं. म्हणून माणसं जगणं सोडून मृत्यूला कवटाळत नाहीत. आयुष्यभर संघर्ष करीत ती जगत असतात.

नानाचं दु:ख जाणून घेण्यासाठी मी त्याला खालच्या आवाजात सहानुभूतीनं विचारलं,

''नाना, घरी कसली अडचण आहे का? अडचण असेल तर नि:संकोचपणे मला सांगा. त्यावर आपण उपाय शोधून काढू.''

माझं जिव्हाळ्याचं बोलणं ऐकून नानाला माझा आधार वाटू लागला. तो कृतज्ञपणे माझ्याकडे पाहू लागला. त्याचे डोळे दु:खानं भरून गेले होते. सुरकुत्यानं भरलेल्या त्याच्या चेहऱ्यावर समाधानाची एक छटा उमटली. थोड्या वेळानं नानानं बोलायला तोंड उघडलं,

''भाऊ, माझ्या मागे साडेसाती सुरू हाय. कुणीतरी माझ्यावर जबर करणी

केलीय.''

"असं झालं तरी काय?'' मी माझ्या हातातील पेन खाली ठेवलं.

"अवं, या आगोठात लगीन झालेली माझी मुलगी तिच्या न्हवऱ्याशी भांडान करून माह्येरी आलीय. ती आता तिच्या न्हवऱ्याकडं परत जात न्हाय म्हंतीय. माझा असा नाचार सौंसार.''

"नाना, मुलीला विश्वासात घेऊन 'काय झालं?' म्हणून विचारा. तिनं तोंड उघडलं की त्यातून मार्ग निघेल. तुम्ही असं एकदम गळाठून जाऊ नका.''

"ती आमास्नी काय बी सांगत न्हाय. तिकडून आल्यापास्नं ती गप्पच हाय. तिची दशा बगून माझ्या काळजात इस्तु पडलाय.''

"नाना, गरम गरम खाल्लं, की तोंड भाजतं. थोड्या दिवसांनी तिचा रागाचा पारा नक्की खाली येईल, तेव्हा ती आपणहून तिच्या सासरची वाट धरेल.''

"भाऊ, तुमच्या त्वाँडात साकार पडू दे. तुमच्या शबुदानं मला लई धीर आला बगा.''

नानाची काळजी आता थोडी दूर झाली होती. नेहमी लोकांना उपदेशाचे डोस पाजणारा नाना स्वत:वर संकट आलं, तेव्हा डोक्याला हात लावून बसला होता.

थोड्या दिवसांनी माझा तर्क खरा ठरला. नवऱ्याबरोबर भांडून माहेरी निघून आलेली नानाची मुलगी तिच्या डोक्यातील राग शांत झाल्यावर तिनं तिच्या सासरची वाट धरली. तिला सासरी नेण्यासाठी तिचा नवरा आला होता. मुलगी पुन्हा सासरी गेल्यावर नानाचा जीव भांड्यात पडला.

दुसऱ्या दिवशी नाना ऑफिसात हसत हसत आला आणि मला म्हणाला,

"भाऊ, कल माझी मुलगी पैल्या गाडीनं तिच्या सासरी गेली. तुमचा शबुद सोळा आणे खरा ठरला बगा.''

"बरं झालं. तुमची आता काळजी मिटली.'' मी त्याला समाधानानं म्हणालो.

नानानं हातात झाडू घेऊन ऑफीस स्वच्छ झाडलं. नंतर तो मडकं घेऊन पाणी आणण्यासाठी बाहेर पडला. नानाची काळजी मिटली होती म्हणून मला- सुद्धा बरं वाटलं होतं.

■■■

६

दामले तात्या

दामले तात्या म्हणजे कुणी बडी राजकीय व्यक्ती नव्हती. वैद्य-डॉक्टर नव्हते किंवा सामाजिक कार्यकर्तेसुद्धा नव्हते. तरीसुद्धा दामले तात्यांना अख्खा तालुका ओळखत होता. त्यांच्या नावात जसा दरारा होता तसा त्या नावात जनतेच्या मनातील आदर अगदी ठासून भरला होता. दामले तात्या गावात ज्या ब्राह्मणवाडीत राहात असत तिथं त्यांच्या नावाचा एसटीचा थांबा होता. ब्राह्मणवाडीत उतरणारे प्रवासी कंडक्टरला 'दामले तात्यांचा थांबा' म्हणून सांगत.

दामले तात्यांची पासष्ठी जवळ आली असली, तरी त्यांच्या अंगात अजून एखाद्या तरुणाला लाजवील असा जोमदार उत्साह होता, धिप्पाड शरीरयष्टी, गोरा वर्ण, भव्य कपाळ, भेदक डोळे, डोक्यावरचे सफेद केस विरळ झाले होते. त्यांच्या अंगावर नेहमी अर्धी खाकी चड्डी आणि कॉटनचा सदरा असायचा. भव्य कपाळावर गोपीचंदनाचा टिळा लावलेला असायचा नि त्यांच्या खाकेत नेहमी एक शबनम पिशवी अडकविलेली असे. त्या पिशवीत पान-तंबाखू आणि ओली सुपारी... पितळी अडकित्ता आणि उकळून थंड केलेल्या पाण्याची बाटली असे. ते चालत जाऊ लागल्यावर पायातील जाड वाहाणांचा आवाज आजूबाजूच्या झाडी-झुडपात घुमायचा. झाडापेडावर आरामात बसलेले पशु-पक्षी माना वळवून त्यांच्याकडे पाहत, त्यांच्या पायाखाली आलेले मुरमाचे खडे एखाद्या पिकलेल्या फळाप्रमाणे टचकन फुटत,

रस्त्याच्या कडेला थांबून तात्या बोलू लागल्यावर त्याचं बोलणं जिवाचं कान करून अखंड ऐकत राहावं, असं वाटे. त्यांच्यासमोर एखाद्यानं चांगला विनोद केला, तर तात्या त्याची टाळी घेऊन लगेच सातमजली हसायला सुरुवात करीत. त्यांचा तो हसण्याचा गडगडाट लवकर थांबायचा नाही. तोंडाचा 'आ' वासून विनोद करणारा त्यांच्याकडे वेड्यागत नुसतं पाहात राही. त्यांच्या मुखातून बाहेर पडलेला आवाजसुद्धा फर्डा नि खणखणीत होता.

तात्यांना अगदी लहान वयापासूनच वाचनाचा छंद होता. धार्मिक ग्रंथ, कथा, कादंबऱ्या आणि चरित्र वाचायला त्यांना अगदी मनापासून आवडायचं. निवांत वेळ मिळाला, की तात्या सागाच्या लाकडानं बनविलेल्या पलंगावर पडून वाचन करीत असत. मग त्यांना कसलंही भान उरत नसे. कामवाली जेवण तयार आहे, असं सांगायला आली की, तात्या पुस्तकाचं पान दुमडून ते देवळीत ठेवीत नि तिच्यामागून मूकपणे चालत.

स्वयंपाक खोलीत तात्या भल्या मोठ्या चौरंगा पाटावर जेवायला मांडी घालून बसत. ओंजळीत पाणी घेऊन ते पानाभोवती फिरवीत मग दोन्ही हात जोडून श्लोक म्हणत -

वदनी कवळ घेता
नाम घ्या श्रीहरीचे
सहज हवन होते
नाम घेता फुकाचे
जीवन करी जीवित्वा
अन्न हे पूर्णब्रह्म
उदरभरण नोहे
जाणिजे यज्ञकर्म
जयजय रघुवीर समर्थ।

वरण-भाताचा घास तोंडात घेण्याआधी तात्या बायकोला आग्रह करीत म्हणत "अगं निर्मला, तूसुद्धा बैस ना माझ्यासोबत जेवायला." त्यांच्या पानावर तुपाची धार सोडीत निर्मलाकाकी लाजत म्हणत, "नको बाई, आधी तुम्ही पोटभर जेवा. मग मी जेवत्ये."

"अगं, तू म्हातारी झालीस, तरी स्वत:ला बिलकूल बदलायला तयार नाहीस, तुझी मर्जी. आणखी थोडा भात वाढ."

तात्या त्यांच्या सौभाग्यवतींचं गोडवे गात जेवण करीत. जेवण झाल्यावर

वाटीतील गरम-गरम कढी पीत. खरकटा हात धुतला तरी त्यांच्या हाताचा तुपाचा वास बराच वेळ जात नसे. नंतर तात्या पलंगावर बसून ऐटीत ओली सुपारी कातरायला सुरुवात करीत. ओली सुपारी फक्कन तोंडात टाकून तात्या दुपारची थोडी वामकुक्षी घेत.

उन्हं कलल्यावर तात्या हात-पाय धुऊन अंगात नेहरू सदरा घालीत. बिलोरी आरशासमोर उभं राहून विरळ झालेल्या केसांचा भांग पाडीत. म्हातारपणी आरशात

त्यांना थोडा जरी मर्दानीपणा दिसला, तरी तात्या मनात भलतेच खूश होऊन पिकलेल्या राठ मिश्यावर पालथी मूठ फिरवीत. 'पिकल्या पानाचा देठ की हो हिरवा' असं म्हणत गालात हसत. कमी साखरेचा, आलं टाकून चहा घेऊन झाल्यावर ते बायकोला आवाज मोठा करून म्हणत,

"अगो निर्मला, मी चिंतू भटजीकडे जात्योय. मला यायला थोडा उशीर होईल."

डाव्या हातावर सोडलेल्या अत्तराचा वास घेत तात्या एखाद्या महाराजाप्रमाणे काखेत शबनम पिशवी अडकवून पाखाडी तुडवायला सुरुवात करीत. पाखाडी चढताना तोंडावर घाम आल्यावर खांद्यावरील पंच्यानं पुसत, घसा सुकल्यावर बाटलीचं बूच काढून तोंडाला लावीत. एखादा कुळवाडी रस्त्यात भेटल्यावर तो आधी पायातील चपला काढायचा नि कंबरेत वाकून तात्यांना 'राम राम खोतानू' म्हणायचा. पाण्याची बाटली शबनम पिशवीत ठेवीत तात्या त्याची विचारपूस करीत.

"काश्या, तुझी बायको सीक होती म्हणनू मी ऐकलं होतं, आता तिची तब्येत कशी आहे?"

"परवा तिला तालुक्याच्या डाक्टरकडं न्हेली व्हती. आता ती वाईच ब्येस हाय."

"शिंच्या, मला सांगितलं असतं, तर मी डॉक्टरला तुझ्या घरी आणलं नसत का? अडीअडचणीला गावच्या खोतानं तुमच्या उपयोगी पडायचं नाही, मग केव्हा पडायचं?"

"माझं चुकलं बगा."

"काश्या, वर्षाला मी तुमच्या जिवावर नऊ-दहा खंडी भात पिकवतो. तुमच्या अडीअडचणीला उपयोगी पडलो म्हणजे आम्ही तुमच्यावर उपकार करीत नाही, ते आमचं कर्तव्यच आहे."

दामले तात्यांचं बोलणं ऐकून काश्या अगदी सद्गदित व्हायचा. त्यांच्यासमोर पुढे काय बोलायचं असं त्याला प्रश्न पडायचा. डोळ्यांत आलेले अश्रू पुसत तो पुढे निघून जात असे.

दामले तात्यांच्या घरापासून चिंतू भटजींचं घर अगदी हाकेच्या अंतरावर होतं. पाखाडी चढून आल्यावर पर्ऱ्याजवळ असणाऱ्या बावीला वळसा मारला की, थेट चिंतू भटजींच्या अंगणातच पाऊल पडायचं. चिंतू भटजींचं कौलारू घर होतं, सारवलेल्या अंगणात तुळशी वृंदावन होतं आणि कौलारू घराच्या सभोवार नारळ-पोफळी, फणस, आंबा इत्यादी झाडांची दाटी होती. घरावर दिवसभर झाडांची गर्द

सावली पडलेली असे.

चिंतू भटजींचं आता वय झालं होतं. जवळजवळ ते ऐंशीच्या घरात होते. वयपरत्वे ते कंबरेत वाकले होते. सांज झाली की ते आता दामले तात्यांची वाट पाहत ओसरीवर आरामखुर्चीत बसत, बाज्याच्या पेटीवर ते छान भावगीत गात, अभंगसुद्धा गात. एकोणीस वर्षापूर्वी त्यांची अर्धांगिनी सर्पदंश झाल्याचं निमित्त होऊन त्यांना सोडून गेली होती. तीस वर्षं तिच्याशी संसार करूनसुद्धा चिंतू भटजींच्या पोटी संतान नव्हतं. 'ईश्वरेच्छा बलीयसी' म्हणून त्यांनी स्वत:ची समजूत घातली होती आणि आलेला दिवस मजेत जगण्यासाठी ते प्रयत्न करीत असत.

चिंतू भटजींकडे घरकाम करण्यासाठी कुळवाड्याची सखू येत असे. ती निराधार, विधवा होती. क्षयाच्या आजारानं तिचा नवरा वारला होता. पोट भरण्यासाठी चिंतू भटजीनं आधार दिला नसता, तर नाइलाजानं तिला हा गाव सोडून जावं लागलं असतं. तिच्या आयुष्याची आणखी प्रतारणा झाली असती.

भावगीतं ऐकण्याच्या बहाण्यानं दामले तात्या चिंतू भटजींच्या घरी पायधूळ झाडत. परंतु त्यांच्या मनात सखूची आस अगदी तीव्रतेनं होती. सखूला भेटण्यासाठी तात्या नाना बहाणे करून येत असत. आता ते चिंतू भटजींच्यासुद्धा ध्यानात आलं होतं. परंतु त्यांनी तात्यांना एका शब्दानंदेखील कधी बोलून दुखवलं नव्हतं. आपलं गाणं ऐकण्यासाठी एक दर्दी रसिक पाखाडी चढून आपल्याकडे येतोय, याचीच त्यांना फार अपूर्वाई वाटायची.

तात्या घरात आल्यावर चिंतू भटजीही त्यांचं हसून स्वागत करीत. तात्या एका रिकाम्या खुर्चीत स्थानापन्न झाल्यावर त्यांनी 'सखूऽऽ एऽऽ सखूऽऽ' अशा हाका मारल्या, की सखू त्यांच्या समोर जाऊन उभी राहायची. तिच्या डोळ्यांकडे पाहात तात्या तिला म्हणत,

"आम्ही आलोय म्हटलं. आमचा बिनसाखरेचा चहा लवकर येऊ दे."

"आणत्ये हं." सखू.

सखू स्वयंपाकखोलीकडे मंद पावलं टाकत निघून गेल्यावर तात्या चिंतू भटजीकडे वळून म्हणत,

"भटजीबुवा, आज एक फक्कड अभंग आम्हाला ऐकवा."

"जशी तुमची इच्छा."

चिंतू भटजी जमिनीवर चटई अंथरून त्यावर फतकल मारून पुढ्यात पेटी ओढून घेत. त्यावर सफाईदारपणे बोटं फिरवीत ते कंप पावलेल्या आवाजात अभंग म्हणत -

आवडे हे रूप गोजिरे सगुण।
पाहता लोचन सुखावले ।।१।।
आता दृष्टीपुढे ऐसाची तू राहे।
जो मी तुज पाहे पांडुरंगा ।।धृ।।
लाचावले मन लागतीसे गोडी।
ते जीवे न सोडी ऐसे झाले ।।२।।
तुका म्हणे आम्ही मागावी लडिवाळी।
पुरवाची आली मायबापे ।।३।।

तात्या डोळे मिटून तो अभंग ऐकत. इतक्यात सखू त्यांच्यासाठी बिन साखरेचा चहा घेऊन यायची. 'तात्या, चहा घ्या.' असा सखूचा गोड, किनरा आवाज कानावर पडताच तात्या झटकन डोळे उघडत आणि हातात तिनं आणलेली कपबशी घेत. तिच्याशी गप्पा मारीत मारीत तात्या चहाचा एकेक घोट घशाखाली उतरवत.

दामले तात्या संकटांना कधीही घाबरत नसत. आलेल्या संकटाला ते धैर्यानं तोंड देत. ते नेहमी म्हणत, 'संकटांना कधी घाबरायचं नाही, संकटं येतात तशी निघून जातात. माणसाला शहाणं करण्यासाठीच त्याच्यावर संकटं येत असतात. संकटाशिवाय जगण्याला काहीही अर्थ उरत नाही.' दामले तात्यांच्या बोलण्यात तथ्य असल्यानं ते ऐकणाऱ्याला लगेच पटायचं.

दामले तात्यांच्या गावी तलाठी म्हणून माझी बदली झाली होती. त्यांचं नाव मी आधी ऐकून होतो. मी त्यांची भेट घेण्यासाठी उत्सुक होतो. एके दिवशी त्यांचा गडी दामले तात्यांचा निरोप घेऊन माझ्या ऑफिसात आला आणि मला म्हणाला,

"भाऊ, तात्यांनी तुमाला चहा घेण्यासाठी घरी बोलाविलंय.'

"तात्यांना सांगा, की मी संध्याकाळी ऑफीस सुटल्यानंतर येतो म्हणून."

"सांगतु जी."

मला निरोप सांगून गडी मागे वळला. दामले तात्यांना भेटण्यासाठी मी सायंकाळी त्यांच्या घरी गेलो. तात्यांचं चौसोपी कौलारू घर होतं. दर्शनी भागात किराणा मालाचं व रेशन दुकान होतं. दामले तात्या पडवीत आरामखुर्चीत निवांत ओली सुपारी चघळत बसले होते. किराणा मालाच्या दुकानात मुकुंद पेंडसे गिऱ्हाइकांना पुड्या बांधून वाणसामान देत होता. तात्या सुपारी चघळत त्याला तोंडी सूचना देत होते. मुकुंदा तात्यांचा खास मर्जीतील माणूस होता.

दामले तात्यांच्या अंगणात पाऊल टाकताच ते माझं स्वागत करीत म्हणाले,

"या, या, मी तुमचीच वाट पाहात होतो."

"तुमचा मला दुपारी निरोप मिळाला. मलासुद्धा तुमची भेट घ्यायची होती. तालुक्याला मी तुमच्याबद्दल ऐकून होतो."

"तुम्ही आलात, मला आनंद वाटला."

दामले तात्या मान वळवून मागे पाहात कामवालीला मोठ्या आवाजात हाक मारीत म्हणाले,

"गंगू, माठातील थंड पाणी घेऊन ये."

"तात्या, आन त्ये हं." गंगू

थोड्याच वेळात गंगू कामवाली थंड पाण्याचा तांब्या-भांडं घेऊन आली. तिनं एका बशीत थोडी साखरसुद्धा आणली होती. माझ्या समोरच्या टीपॉयवर तिनं तांब्या-भांडं आणि साखरेची बशी ठेवली. मी चिमूटभर साखर तोंडात टाकून भांड्यात पाणी घेऊन प्यायलो. थंड पाणी पोटात गेल्यामुळे खूप बरं वाटलं. समोर उभ्या असलेल्या गंगूकडे पाहत तात्या तिला फर्मान सोडीत म्हणाले,

"गंगू, तलाठी भाऊसाठी आलं टाकून झकासपैकी चहा कर. माझ्यासाठीसुद्धा अर्धा कप बिनसाखरेचा चहा करून घेऊन ये."

"व्हय जी." गंगू आज्ञाधारकपणे म्हणाली.

गंगू कामवाली स्वयंपाकखोलीकडे मंद पावलं टाकत निघून गेली. सांजवेळ झाल्यामुळे निर्मलाकाकी देवघरात जपमाळ ओढीत बसल्या होत्या. माझ्याकडे पाहात तात्यांनी मला हसत हसत विचारलं,

"भाऊसाहेब, आमचा गाव तुम्हाला कसा वाटला?"

"फारच छान. तुमच्या गावाला निसर्गाचं वरदान लाभलं आहे. या आधी इतका सुंदर गाव मी कधी पाहिला नव्हता. मला तुमचा गाव खूप आवडला."

दामले तात्यांनी माझं उत्तर ऐकून आणखी पुढे मला विचारलं,

"भाऊसाहेब, तुमचं मूळ गाव कोणतं आहे?"

दामले तात्यांचा प्रश्न ऐकून मी माझ्या मनात थोडा वेळ विचार करू लागलो. माझा जन्म भटक्या-विमुक्त या जातीत झाला होता. वाडवडिलांपासून आमच्या नशिबी भटकंतीचं जिणं आलं होतं. असा कुणी मला प्रश्न विचारला, की मी मनात फार अस्वस्थ होतो. जन्म झाल्यापासून मी माझा गाव शोधत होतो, परंतु माझं गाव मला अद्याप सापडलं नव्हतं. आणखी माझी गोची होऊ नये म्हणून मी त्यांना ठोकून देत म्हणालो,

"माझं गाव कोल्हापूर."

"तुमचे वडील कोकणात नोकरी करीत होते?" दामले तात्यांनी सुपारी

चघळत दुसरा प्रश्न विचारला.

"नाही."

"मग तुम्ही कोकणात कसे आलात?"

"माझे वडील मजूर होते. मी मागास समाजाचा आहे. पोट भरण्यासाठी कामाच्या शोधात ते इकडे आले होते."

ज्या उत्तरासाठी दामले तात्या मला मघापासून अगदी खोदून खोदून विचारत होते ते उत्तर मी त्यांना दिलं होतं. माझं उत्तर ऐकून दामले तात्या क्षणभर डोळे मिटून घेऊन अगदी शांत बसले. मी त्यांचा अगडबंब देह न्याहाळत माझ्या मनात विचार करीत होतो. मी माझी जात कधीही, कुणापासून लपवून ठेवत नाही. याचं कारण ती माझी जात मी निर्माण केली नव्हती. कोणत्या जातीत जन्म घ्यायचा, हे माणसाच्या हाती कुठं असतं? जातीवरून माणसाची योग्यता ठरविता येत नाही.

माझी जात आता दामले तात्यांना कळली होती. मी मनात असा विचार करू लागलो, की आपली जात ऐकून तात्या आपल्याला आता फुटवणार. परंतु मी माझ्या मनात केलेला विचार साफ चुकीचा होता. डोळे उघडून दामले तात्या मला प्रेमाने म्हणाले,

"भाऊसाहेब, मी तुम्हाला तुमची जात विचारली म्हणून राग मानू नका. मी माझ्या घरात जातीयता कधी पाळत नाही. त्याबद्दल माझ्या मनात प्रचंड चीड आहे. तुम्हाला माझं बोलणं कदाचित खोटं वाटेल, परंतु माझ्या घरी पाणी भरायला बौद्ध समाजाचे लोक आहेत, बौद्धवाडीत माझं नेहमी जाणं-येणं असतं. त्यांच्यात मी उठतो-बसतो आणि खातो. माझे वडीलसुद्धा जातपात मानत नव्हते."

दामले तात्यांचं बोलणं ऐकून मला तो माणूस त्या घडीला एकदम भला माणूस वाटला. मी माझ्या मनात सुटकेचा नि:श्वास टाकला. इतक्यात कामवाली गंगू एका नक्षीदार ट्रे मध्ये माझ्यासाठी आणि दामले तात्यांच्यासाठी गरम गरम चहा घेऊन आली. माझ्या हातात गरम चहाची कपबशी देऊन ती दामले तात्यांच्याकडे वळून किनऱ्या आवाजात म्हणाली,

"तात्या, ह्यो तुमचा बिनसाखरेचा च्या."

तोंडाला कप लावायच्या आधी दामले तात्या मला म्हणाले, "भाऊसाहेब, मला मधुमेह आहे. त्यामुळे मला हा बिनसाखरेचा चहा घ्यावा लागतो बघा."

गरम चहा पोटात गेल्यामुळे माझ्या अंगात थोडी तरतरी आली होती. तात्यांनी ओली सुपारी अडकित्त्यानं कातरून ती माझ्या तळहातावर ठेवली. मुखशुद्धीसाठी त्यांनीसुद्धा ओली सुपारी कातरून तोंडात टाकली. माझ्या जिभेवर ओल्या सुपारीची

चव रेंगाळत होती. तोंडातील सुपारी चघळत मी तात्यांना म्हणालो,

"तात्या, येत्या १० तारखेला तहसीलदारसाहेब रेशन दुकान तपासायला येणार आहेत."

"त्यांच्या जेवणाचा बेत माझ्याकडे. दुसरं कुठं तुम्ही त्यांच्या जेवणाची व्यवस्था करू नका." तात्या मला बजावून सांगत म्हणाले.

"ठीकाय."

आणखी थोडा वेळ मी त्यांच्याशी छान गप्पा मारून मी माझ्या घरी जाण्यासाठी तात्यांचा निरोप घेतला. माझ्यासोबत दहा पावलं चालत तात्या त्यांच्या बेड्यापाशी आले नि मागे वळले.

दामले तात्या गावातील रास्त दराने रेशन दुकानसुद्धा चालवीत. मुकुंद हा त्यांच्या मर्जीतील माणूस होता. तो किराणा मालाचं आणि रेशन दुकान सांभाळायचा. १० तारखेला तहसीलदारसाहेब त्यांच्या पुरवठा शाखेतील फौजफाटा घेऊन रेशन दुकानाची तपासणी करण्यासाठी आले. दामले तात्यांनी तहसीलदारसाहेबांचं स्वागत गोड, मधुर शहाळीनं केलं. त्यामुळे तहसीलदारसाहेब त्यांच्यावर एकदम खूश झाले. विक्री रजिस्टर तपासून त्यांनी त्यावर इंग्रजीत 'गुड' असा शेरा मारून त्यांची स्वाक्षरी केली. आवळा देऊन कोहळा कसा काढून घ्यायचा हे दामले तात्यांना ठाऊक होतं. रेशन दुकान त्यांच्या वडिलांपासून त्यांच्या घरी होतं. तहसीलदाराची तपासणीला आल्यावर चांगली सरबराई केली, की ते रेशन दुकानाची तपासणी अधिक खोलात जाऊन करीत नाहीत, हे तात्यांना आधीपासून ठाऊक होतं.

आजसुद्धा तहसीलदारसाहेब रेशन दुकान तपासायला येणार म्हणून त्यांच्यासाठी जेवणाचा खास बेत केला होता. रेशन दुकानाची अर्ध्या तासातच तपासणी गुंडाळून ओटीवर जेवणाची पंगत बसली. दामले तात्या तहसीलदारांच्या मांडीला मांडी लावून पानावर बसले होते. दोघांच्या छान गप्पा सुरू होत्या. पुरवठा निरीक्षक काझी भाऊसाहेब यांच्या जवळ मी बसलो होतो. निखाऱ्यावर भाजलेले उडदाचे पापड, कुळथाची चटणी, तांदळाची गरम गरम भाकरी, वांग्याची आणि पावट्याची भाजी, खीर, मठ्ठा इत्यादी पदार्थ माझ्या समोर पानात मांडले होते. ते पदार्थ पाहून माझ्या तोंडाला एकदम पाणी सुटलं होतं. दामले तात्यांनी खड्यातील आवाजात श्लोक म्हटल्यावर मंडळींनी जेवायला सुरुवात केली.

पाण्याचा घोट घेऊन तात्या मोठ्या आवाजात म्हणाले, "मंडळी, संकोच करायचा नाही. काय हवं असेल तर मागून घ्या."

तात्या तहसीलदारांच्या बरोबर बोलत बोलत जेवत होते. मध्येच एखादा

विनोद करीत. त्यामुळे तहसीलदारांनासुद्धा जेवताना हसू येत होतं. तहसीलदार हसत असताना तात्यांनी एकदा त्यांच्या माडीवर डाव्या हातानं हळूच चापटीसुद्धा मारली. ती त्यांची नेहमीची सवय होती. बेहोशीत त्यांना कशाचंही भान राहत नसे. त्यावेळी दामले तात्यांचं वागणं एखाद्या लहान मुलागत असायचं. आपण या गावचे खोत आहोत, याचंदेखील त्यांना विस्मरण व्हायचं.

भरपेट जेवण करून मंडळी तृप्तीची ढेकर देऊन उठली. पडवीत त्यांना बसण्यासाठी रिकाम्या खुर्च्या मांडून ठेवल्या होत्या. त्या खुर्च्यांच्या समोर एक छोटं टेबल होतं. त्यावर एका तबकात पान, सुपारी, बडीशेप इत्यादी वस्तू ठेवण्यात आल्या होत्या. मुकुंदा लगबगीनं खरकटी पानं उचलू लागला. काझी भाऊसाहेबांच्या जवळ जाऊन तो त्यांना हळू आवाजात म्हणाला,

"भाऊसाहेब, तुमचं खरकटं पान उचलून तुम्ही ते मागे परसवनात नेऊन टाका."

काझी भाऊसाहेब त्याचं बोलणं ऐकून त्याच्याकडे विस्फारित डोळ्यांनी पाहू लागले. मुकुंदाच्या दुर्दैवानं तात्यांच्या कानावर ते शब्द पडले होते. तात्यांना मुकुंदाचा मनस्वी राग आला होता. मुकुंदाला काही कळायच्या आधी तात्यांनी खाडकन त्याच्या कानाखाली आवाज काढला आणि ते त्याला रागानं म्हणाले, "शिंच्या, ते आज आपल्याकडे पाहुणे म्हणून आले आहेत आणि त्यांना तू त्यांचं खरकटं पान उचलायला सांगत्योस? तुला शरम कशी वाटली नाही?"

मुकुंदाच्या डोळ्यांसमोर दिवसा काजवे चमकू लागले. त्याला त्याची चूक कळली होती. तो तात्यांना गयावया करीत म्हणाला,

"तात्या, माझी चूक झाली. मी पुन्हा अशी चूक कधी करणार नाही."

मुकुंदानं त्याची चूक कबूल केल्यामुळे तात्यांचा रागाचा पारा एकदम खाली आला. शरण आलेल्याला मरण कधी द्यायचं नसतं, हे त्यांना ठाऊक होतं. तात्या मुकुंदाच्या पाठीवर मायेनं हात फिरवीत, त्याला समजावीत खालच्या आवाजात म्हणाले, "मुकुंदा, तू तुझी चूक कबूल केलीस. आता माझा तुझ्यावर राग नाही. माणसामाणसात आपण कधी फरक करायचा नसतो."

मुकुंदाची मान आता शरमेनं खाली झुकली होती. त्याला तात्यांच्या तोंडाकडे पाहण्याचं धाडस होत नव्हतं. आम्ही सगळे त्या घटनेनं अवाक होऊन दामले तात्यांकडे विस्फारित डोळ्यांनी पाहात होतो. तात्या मुकुंदाच्या पाठीवर अजूनही मायेनं हात फिरवीत होते.

■■■

७

सुदाम मेस्त्री

लोकांना दिलेली वेळ न पाळण्यासाठीच जणू सुदाम मेस्त्री जन्माला आला होता. लाकडी खुर्च्या, टेबल, कपाट, टीपॉय, पलंग, देव्हारा इत्यादी लाकडी वस्तू तयार करून विकण्याचा त्याचा परंपरागत व्यवसाय होता. एखादी वस्तू तयार करायची नि ती लोकांच्या माथी त्यांना भुरळ घालून मारायची, यात त्याचा हातखंडा होता. लोक त्याच्या मधाळ बोलण्यावर चटकन विश्वाससुद्धा ठेवीत.

सुदाम मेस्त्रीच्या तोंडात नेहमी साखर असायची. "मामानू, तुमी बिलकूल काळजी करायची न्हाय. येत्या चार दिसांत तुमची वस्तुक तुमाला आणून दिली न्हाय, तर मी माझं नाव सुदाम मेस्त्री हाय म्हणून कुणाला सांगणार न्हाय. आपल्याला पांचटपणा केलेला खपत न्हाय. एकदा मी तुमास्नी जबाणी दिली ती कायम. त्यात मागं-म्होरं झालं तर मी तुमाला माझी जीभ कापून दीन."

त्याचं असं बोलणं ऐकून सहसा त्याच्यावर कुणी अविश्वास दाखवीत नसत. त्याच्या अंगात नेहमी सफेद लेंगा नि चुण्या पडलेला सदरा असायचा. जाड ओठ, गोरा रंग. त्याची उंची जवळजवळ साडेपाच फूट होती. तो बोलत असताना त्याला क्षणाक्षणाला डोळे मिचकाविण्याची जन्मजात सवय होती. अनोळखी महिलांशी बोलताना त्याला अडचण यायची. एखादी भांबावून त्याच्याकडे रागानं पाहात राहायची. यात त्याचा दोष नाही, त्याला ती पहिल्यापासून सवय आहे, असं लक्षात

आल्यावर ती माउली शांत व्हायची.

सुदाम मेस्त्री स्वस्थ बसलेला मी कधीही पाहिला नाही. तो व्यवहार करण्यात-सुद्धा चतुर होता. साग, फणस, आंबा इत्यादी झाडं खरेदी करण्यासाठी तो त्याच्या पायाला चाक बांधून रानावनात फिरायचा. त्याला जंगली श्वापदांचं अजिबात भय वाटत नसे. एकदा मात्र त्याच्या जिवावर बेतलं होतं. केवळ त्याचं दैव बलवत्तर म्हणून तो त्या दिवशी वाचला होता. जंगलात लाकडं शोधत फिरत असताना त्याला अंगावर पांढरे पट्टे असलेला वाघ त्याच्या वाटेत बसलेला दिसला. वाघानं त्याला पाहूनसुद्धा तो जागचा हलला नाही. सुदाम मेस्त्रीची मात्र वाघाला पाहून अक्षरश: बोबडी वळली होती. तोंडातून चकार शब्द न काढता तो मागच्या मागे वळला आणि तो त्याचा जीव वाचविण्यासाठी वाऱ्याच्या वेगाने गावाकडे धावत सुटला. रात्री त्याच्या अंगात बारीक ताप भरला होता. चार दिवस सुदामनं अंथरूण सोडलं नाही. त्याच्या बायकोचं नाव सगुणा असं होतं. नवरा आजारी पडल्यावर तिच्या तोंडचं पाणी पळालं. नवऱ्याला लवकर बरं वाटावं म्हणून तिनं गावातील काळकाई देवीला नवस केला. गुरवानं दिलेला अंगारा तिनं तिच्या नवऱ्याला आणून लावला. सुदामला थोड्या दिवसांनी बरं वाटल्यावर तो लोकांना ती भयंकर घटना रंगवून रंगवून सांगू लागला. तोंडाचा 'आ' वासून लोक ती घटना ऐकत.

सुदाम लोकांना लाकडी वस्तू तयार करून देण्याचा वायदा देऊन त्यांच्याकडून आधी पैसे उकळायचा. मग त्यांच्याकडे सोईस्करपणे पाठ फिरवायचा. त्यानं दिलेली वेळ टळून गेल्यावर लोक त्याच्या घरी चकरा मारीत. सुदाम लोकांना घरी कधीही भेटायचा नाही. लोक येण्याच्या आधी तो अंघोळ, न्याहरी करून घरातून बाहेर पडायचा. घरातून बाहेर पडताना तो त्याच्या बायकोला बजावून सांगायला मुळीच विसरायचा नाही,

'सगुणा, कुणी मला इचारायला आपल्या घरी आला, तर तू त्याला सांग की, मी लाकडं बगायला गेलोय म्हणून. मी कधी घरला यीन हे तू अजाबात सांगायचं न्हाय. येकुदा त्वाँड वर करून बोलू लागला, तर तू त्याच्याकडं ध्यान द्यायचं न्हाय. कळलं?''

''व्हय जी. पर ह्यो तुमचा मला रोजचाच तरास हाय. मान्सानं येवडी लबाडी कशापाय करायची? घरातली कामं करायची की, आलेल्या लोकांस्नी त्वाँड द्यायचा. किलोस आलाय नुसता मला या जल्माचा. तुमी आधी कुणाकडनं पैसा घेऊ नुका. काम झालं की पैसे मागा.''

''रांडं, मी येवडा याप माझ्यासाठनं करीत न्हाय. काम झालं की लोक

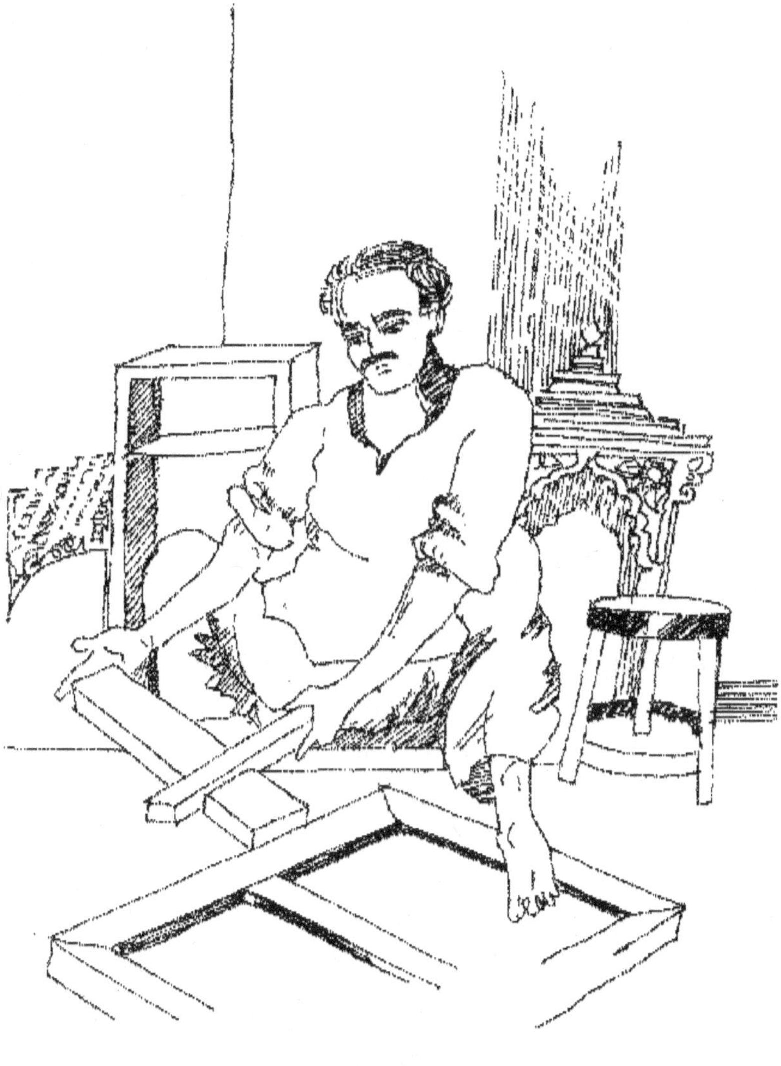

पैश्यासाठनं त्यांच्या घरी खेपा मारायला लावतात. यकुदा झॅट पैसं देत न्हाय. मी कुणाला दिकून फसवित न्हाय. वाईच वस्तुक बनवून द्यायला मला वकुत लागतू. पर त्या लोकांस्नी दम निघत न्हाय. म्हणून ते आपल्या घरी चकरा मारतात.''

''अवं तुमी लोकांच्याकडनं कामाचं आधीच पैसं घेताव नि त्या पैशांची रोज दारू पिताव. लोकं घरी येतात. त्याची तुमाला लाज न्हाय. तुमच्यापाय मला त्यांच्याशी खोटं बोलावं लागतं. येवडी हाजार-हाजाराची कामं करताव पर मला

नेसायला येकुदी चांगली सारी न्हाय, दोन प्वारांच्या अंगावर धड कपडा न्हाय, माझ्या गळ्यात सुदीक लगीन झाल्यापास्नं फुटका मणी न्हाय. याची तुमाला लाज होवी.''

सगुणानं खरडपट्टी काढल्यावर सुदाम मनात चिडायचा. तो रागानं तिच्याकडे पाहत म्हणायचा,

''सगुणा, ह्यो सुदाम मेस्त्री गाव सोडून कुठं पळून जाणार न्हाय. मला कुणाचा शाप नगं. वाईच मागं-म्होरं व्हनार, त्याला माझा विलाज न्हाय.''

कोणताही माणूस परिपूर्ण नसतो. प्रत्येकाचे मातीचे पाय असतात. सुदाम मेस्त्रीसुद्धा त्याला अपवाद नव्हता. दिलेला शब्द न पाळल्यामुळे लोक त्याला त्याच्या पश्चात शिव्या घालीत. परंतु त्यानं त्यांना फर्निचर बनवून दिल्यावर त्याची कला पाहून त्यांची बोलतीच बंद व्हायची. ते आश्चर्यानं तोंडात बोटदेखील घालीत. नक्षीदार कपाट, पलंग, देव्हारा, आरामखुर्ची इत्यादी लाकडी वस्तू बनविणारा कारागीर अख्ख्या तालुक्यात त्याच्याप्रमाणे कुणीही जन्माला आला नव्हता. जणू त्याला कलेचं सहावं बोट लाभलं होतं.

बनवायला दिलेली लाकडी वस्तू ठरलेल्या मुदतीत मिळाली नाही की, लोक त्याच्या घरी चकरा मारून वैतागून जात असत. कधी तरी सुदाम त्यांना घरी भेटायचा. घरी आलेला इसम मोठ्या आवाजात बोलून तोंडसुख घ्यायचा. त्याचा राग शांत झाल्यावर सुदाम त्याला शांतपणे म्हणायचा,

''दादानू, चकरा मारून तुमाला लई तरास झाला असंल? आपुन आधी घोटभर च्या घेऊ. मंग आणखी बोलत बसू.''

सुदाम असं बोलल्यावर समोरचा माणूस बर्फागत गार पडायचा. एवढी मी आरडाओरड केली, सुदामला अद्वातद्वा बोललो पण या माणसाला माझा राग कसा आला नाही?' असा प्रश्न त्या माणसाला पडायचा. आपलं ईप्सित कसं साध्य करून घ्यायचं हे त्याला चांगलं ठाऊक होतं. मग त्याच्या घरी आलेला माणूस काकुळतीला येऊन त्याला खालच्या आवाजात विचारायचा,

''सुदाम, माझी बनवायला दिलेली वस्तुक तू नेमकं मला कधी देणार हैस, ते आधी सांग बगू.''

त्याचं बोलणं ऐकून सुदाम आढ्याकडे पाहत थोडा वेळ विचार करायचा. मग त्याला शब्द देत तो म्हणायचा,

''दादानू, आज आईतवार. उंद्या अमुस्या हाय. परवा माझ्या घरात महाराजांची बैठक हाय. तवा मला ह्या हप्त्यात काय बिलकूल सवड घावणार न्हाय. म्होरल्या

हप्त्यात तुमची वस्तुक तयार करून तुमच्या घरला टेंपोनं घेऊन येतु.''

सुदामचं बोलणं ऐकून त्याच्या घरी आलेल्या माणसाची काळजी थोडी कमी व्हायची. त्याचा बदललेला मूड पाहून सुदाम त्याला पुढे हळू आवाजात म्हणायचा,

''दादानु, तुमची परवानगी असंल तर मला तुमच्याशी थोडं बोलायचं हाय.''

''बोल. काय असंल तर सपष्ट बोलायला हरकत न्हाय. ताकाला जावून भांडं कशापाय लपवायचं?''

त्याची परवानगी मिळाल्यावर सुदाम घसा खाकरून गंभीर आवाजात बोलायला सुरुवात करायचा.

''दादानू तुमी तुमच्या मनात वंगाळ वाटून घेऊ नका. मी तुमच्याशी केलेला सौदा माझ्या आता लई अंगलट आलाय. तुमचं काम संपूर्ण सागाच्या लाकडाचं हाय. सागाचं लाकूड आज सोन्यापरास म्हाग हाय. तुमी दिलेला समदा पैसा लाकूड ईकत घेण्यात गेलाय. अजून काचसामान, वारनीस, खिळं, चुका दुकानातून ईकत घ्यायचं हाय. माझ्याकडं आता एक दमडी सुदीक न्हाय. तुमी ईचार करा नि मला अजून तुमच्या कामाचं हाजार रुपयं द्या. तुमच्या कामाला मी लगीच सुरुवात करतु.''

''आरं सुदाम, आधी आपलं पैशाचं ठरलं होतं.''

''तुमचं म्हणणं खरं हाय. पर तवा ते माझ्या ध्यानात आलं न्हाय. जमत नसलं तर तुमी मला तसं सांगा. तुमचं घेतलेलं पैसं मी तुमाला परत करतु. घाट्यातील सौदा करून मी माझ्या बायको-मुलांना काय खायला घालू? तुमीच मला सांगा बघू.''

अडला नारायण धरी गाढवाचं पाय. अशी त्या माणसाची गत झाल्यावर त्याला झक मारून आणखी सुदामला पैसे द्यावे लागत. दोन-तीन वर्षापूर्वी सुदामनं गावात नवीन-जांभ्या दगडाचं कौलारू घर बांधलं होतं. त्या घरात त्याला अधिक वेळ थांबताच येत नसे. लोकांना चुकविण्यासाठी त्याला त्या घरातून सकाळी लवकर बाहेर पडावं लागत होतं आणि रात्री खूप उशिरानं घरी यावं लागत होतं. चोर-पोलीस हा खेळ त्याच्या नशिबी आला होता.

वाल्या कोळीचा नंतर वाल्मिकी ऋषी झाला होता आणि त्याने रामायण हा ग्रंथ लिहिला, हे सर्वज्ञात आहे. सद्वर्तनी लोकांच्या संगतीत मंगलमय शब्द कानावर पडल्यावर नराचा नारायण होऊ शकतो. माणूस सोळा आणे बदलू शकला नाही, तरी त्याच्या स्वभावात हमखास बदल होऊ शकतो. सुदामसुद्धा त्याला अपवाद नव्हता. हल्ली तो अधिक धार्मिक होत होता. त्याच्या तोंडातून 'देवाऽऽ पांडुरंगाऽऽ'' असे शब्द वारंवार बाहेर पडत. कपाळावर पांढरे भस्माचे पट्टे ओढून त्यानं त्याच्या गळ्यात रुद्राक्षाची माळसुद्धा विकत घेऊन घातली होती. सुदामच्या नवीन घरात

प्रत्येक मंगळवारी बैठक असायची. लोकांना प्रवचन देण्यासाठी धार्मिक संप्रदायातील लोक त्याच्या नवीन घरात पायधूळ झाडीत. बैठकीला जमलेल्या लोकांना पुण्य पदरात टाकण्यासाठी पदरमोड करून चहा देत असे. त्याच्या बायकोला कावळा शिवल्यावर सुदाम देवघराकडे तिला फिरकू- सुद्धा देत नसे.

काही दिवस सुदाम तोंडानं 'देवा ऽऽ पांडुरंगा' म्हणत चांगला वागला. लोक म्हणू लागले, की आता सुदाम मेस्त्री सुधारला. त्याच्या वागण्यात, बोलण्यात आता बदल झाला आहे. परंतु पुन्हा त्याच्या मूळ स्वभावानं उचल खाल्ली आणि तो लोकांना टोप्या घालण्यासाठी मनातल्या मनात शक्कल लढवू लागला. आता तर लोक त्याला उपरोधानं 'ढोंगी बुवा' म्हणू लागले होते. रस्त्यात कुणी सुदामला ओळखीचा भेटला, तर सुदाम मेस्त्री त्याला पाहून आनंद झाल्याचं बेमालूमपणे अभिनय करीत असे. नंतर तो त्याला कडकडून भेटत म्हणायचा,

"देवा, लई दिसानं भेटलात. तुमच्या भेटीनं माझं काळीज थंड झालं बगा. अशीच गरिबावर किरपा ठेवा म्हंजी झालं."

असं तो तोंडानं म्हणाल्यावर त्याला भेटणारा माणूस गोरामोरा व्हायचा. सुदाम मेस्त्रीच्या पायावर नतमस्तक होऊन तो त्याचा आशीर्वाद घ्यायचा. सुदाम खूष होऊन स्वत:ची पाठ स्वत:च थोपटून घ्यायचा. सुदामसारख्या बिलंदर माणूस आधी गावात कधीही जन्माला आला नव्हता आणि भविष्यातसुद्धा येणार नव्हता.

सुदामची आणि माझी पहिली भेट नक्की कोठे झाली, हे मला आता आठवत नाही. बिनशेती वसुलीसाठी मी त्याच्या नवीन घरी तीन-चार चकरा मारल्या होत्या. चौथ्या खेपेला मला तो त्याच्या घरी भेटला. मला समोर पाहून आधी तो दचकला. नंतर चेहऱ्यावर उसनं हसू आणून तो माझं स्वागत करीत म्हणाला,

"या, या, भाऊ. तुम्ही आलात, मला आनंद वाटला."

सुदामनं मला बसायला लाकडी खुर्ची दिली, प्यायला मडक्यातील गार पाणी आणून दिलं. गुढी पाडव्याचा सण होता म्हणून तो आज बाहेर कोठे गेला नव्हता. गुढी उभी करण्यासाठी तो घरात थांबला होता. घसा खाकरून त्यानं बायकोला ओरडून सांगितलं.

"सगुणा, तलाठी भाऊ आलेत. च्या कर."

"हं करत्ये." सगुणा.

मी रुमाल काढून तोंड पुसू लागलो. सुदामकडे बिनशेतीचे पैसे कसे मागायचे याचा माझ्या मनात विचार करीत होतो. वसुलीसाठी वरिष्ठाकडून मला तगादे सुरू होते. मी तोंड उघडायच्या आत सुदामने गालात हसत मला विचारलं,

"बोला देवा, कसं येणं झालं?"

मी त्याच्या घरी का आलो होतो. हे सुदामला माहीत असूनदेखील मला त्यानं माझं येण्याचं कारण विचारलं होतं. तो वेड घेऊन पेडगावला जात आहे, हे माझ्यासुद्धा ध्यानात आलं होतं. घसा खाकरून मी त्याला म्हणालो,

"मेस्त्री, मी तुमच्याकडे बिनशेतीच्या वसुलीसाठी आलोय. तुमच्या घरी वसुलीसाठी माझ्या-तीन-चार चकरा झाल्यात. तुम्ही मला घरी भेटला नाहीत."

"''देवा, मला माफ करा. या कामापायी उजाडलं की, मला घराच्या बाहीर पडावं लागतं. तुमच्यासारक्या सरकारी मान्साला माझ्यामुळं तरास झाला."

"मी तुमच्या घरी येवून गेलो म्हणून वहिनींनी तुम्हाला नंतर सांगितलं असेल."

"तर वं. तिनं सांगून सुदीक मी न्हाय कसं म्हणू. लबाड बोललु की माझी जीभ झडून जाईल."

"मग आता पावती फाडू?"

माझ्या प्रश्नाला खुबीनं बगल देऊन तो मला म्हणाला,

"अवं, सरकारी पैसा आज ना उंद्या हा भरावा लागनारच. ते कंधी चुकायचं न्हाय."

"वसुली झाली नाही की, आम्हालासुद्धा वरिष्ठांचे दोन शब्द ऐकून घ्यावे लागतात."

इतक्यात सगुणा मेस्त्रीची बायको गरम चहा घेऊन आली. माझ्या चहामध्ये तिनं जादा दूध ओतलं होतं. म्हणून चहाचा रंग दुधासारखा झाला होता. सुदाम आग्रह करीत मला म्हणाला,

"देवा, आधी च्या घ्या. मंग आपुण बोलू."

सुदामचा तोंडातून एकसारखा बाहेर पडत असणारा 'देवा' शब्द ऐकून मी माझ्या मनात ओशाळलो होतो. त्याच्या शरीराच्या हालचाली निरखीत मी ओठाला गरम चहाचा कप लावला. घसा जाळीत चहाचा घोट माझ्या पोटात उतरला. भुरके मारून मी बशीतील चहा संपवला. मुखशुद्धी करण्यासाठी सुदामनं माझ्या तळहातावर भाजक्या बडीशेपचे चिमूटभर दाणे ठेवले. ते मी तोंडात टाकून चघळू लागलो. त्या क्षणी मला झटकन तुकाराम महाराजांची एक ओवी आठवली. 'मन नसावे ओशाळ, मग मानिती सकळ' मी तोंडात बडीशेपचे दाणे सावकाश चघळत होतो. सुदाम मला तोंड वेंगाडून म्हणाला,

"भाऊ, आता घरात एक नवा पैसा नाय. मी उद्या तुमच्या पैशाची जोडणी

करतु. पांडुरंगाची शपथ. अवं, आता पैल्यापरमानं सुतारकामात काय राम उरला न्हाय. म्हणून मी या फर्निचरची कामं करू लागलोय. पैलं मी नवीन घराचं समद्या कामाचं कंभाट घ्यायचो. वर्साला मी पाच-सहा घरं तरी पुरी करायचो. पण सध्याला आमचा ह्यो धंदा शाफ बसला बगा. लोक आता खेड्यागावात सुदीक सिमेंटच्या पत्र्याची घरं बांधायला लागलीत. खिडक्या, दरवाजे, तुळया सर्व सिमेंटचं असल्यानं सुतारांचं काय काम उरलं न्हाय. सुतारकाम बंद झालं म्हणून आमचे काय लोक गाव सोडून गेले, मुंबईला हलक्या नोकऱ्या करून पोटं भरायला लागलीत. मी फर्निचरचा धंदा करतु म्हणून माझं घर कसंबसं चाललंय. न्हायतर मला सुदीक ह्यो गाव सोडून जावं लागलं अस्तं. पैलं गावात सुतारांची जी मिजास होती. आता ती त्यांची मिजास राहिली न्हाय बगा. दुनिया बदलती तसं सुतार बी बदलला.''

आठ-दहा वर्षापूर्वी गावात एखाद्याला नवीन घर बांधायचं असेल, तर सुतारकाम करण्यासाठी तोंडी करार करावा लागायचा. गावातील सुतार एकाच वेळी अनेक नवीन घरांचा ठेका घेत. त्यामुळे नवीन घर बांधून तयार व्हायला खूप वेळ लागे. अशा वेळी वाद निर्माण व्हायचा. एका सुतारानं काम घेतल्यावर ते अर्धवट राहिलं, तर दुसरा सुतार त्या ठिकाणी जाऊन ते काम पूर्ण करू शकत नव्हता, असा सुतार समाजात अलिखित नियम होता. समाज तो नियम कसोशीनं पाळायचा. परंतु सध्या जग झपाट्यानं बदलत असल्यानं अनेक पारंपरिक व्यवसाय बुडाले तसं सुतारांचा व्यवसायसुद्धा बुडाला. खिडक्या, दरवाजे, चौकटी इत्यादी घराला लागणारे सामान तयार सिमेंटचे करून मिळू लागल्यामुळे घरं बांधण्यासाठी आता सुतारांची गरज उरली नाही. काही दिवसांतच नवीन घर बांधून तयार होऊ लागल्यामुळे लोकांचा श्रम, वेळ आणि पैसा वाचू लागला.

पारंपरिक व्यवसाय बुडाल्याची खंत मला सुदाम मेस्त्रीच्या चेहऱ्यावर दिसत होती. दुसऱ्या दिवशी मी त्याच्या घरी वसुलीसाठी पुन्हा गेलो. सुदाम मला घरी भेटला नाही. त्यानं मला फसविलं म्हणून मला त्याचा राग आला होता. परंतु त्याची बायको घरात होती. तिनं मला वसुलीचे संपूर्ण पैसे दिले. मला आश्चर्याचा धक्का बसला आणि सुदामवरचा राग पाऱ्याप्रमाणे उडून गेला.

मी माझी महसूल खात्यातील नोकरी सांभाळून लेखन करीत होतो. रिकामा वेळ मला मिळाल्यावर मी तो वेळ लेखन-वाचन करण्यात घालवित होतो. या मतलबी जगात ग्रंथासारखा प्रामाणिक आणि सच्चा गुरू नाही, हे आता मला पटलं होतं. अखिल भारतीय मराठी संमेलन असो किंवा जिल्ह्याच्या तालुक्याच्या ठिकाणी भरलेलं संमेलन असो. पदरमोड करून मी त्या संमेलनाला हजेरी लावायचो आणि

ज्येष्ठ साहित्यिक आणि विचारवंत यांचं अमृतबोल ऐकून तृप्त मनानं परत फिरायचो. येताना आवडलेली मराठी पुस्तकं आणायला मी कधी विसरायचो नाही. त्यामुळे माझा स्वत:च्या घरी पुस्तकांचा संग्रह वाढला होता. पुस्तकं ठेवण्यासाठी मला आता एखाद्या लाकडी कपाटाची आवश्यकता वाटू लागली होती. लाकडी कपाट तयार करून घेण्यासाठी मी माझ्या मनात सुदाम मेस्त्रीचा विचार करीत होतो. त्याची सुतारकामातील कला मी डोळ्यांनी पाहिली होती. परंतु तो सांगितलेली वस्तू कधी वेळेत बनवून देणार नाही, म्हणून माझं मन थोडं साशंक होतं. त्याची अपकीर्ती मी माझ्या कानाने ऐकूनसुद्धा त्याचं नाव माझ्या डोळ्यांसमोरून जाईना.

मी माझा मनाचा कौल घेऊन लाकडी कपाट बनवून घेण्यासाठी सुदाम मेस्त्रीची भेट घेतली. आणि त्याला मी माझं काम सांगितलं. माझं बोलणं ऐकून सुदाम मेस्त्रीचा राकट चेहरा आनंदानं फुलला. तो लगेच मला खूश करीत हातवारे करीत म्हणाला,

"भाऊ, मी तुमचं पुस्तकाचं कपाट असं बनवून देईन की, माझी तुमाला त्यामुळं हमेशा याद ऱ्हाईल. माझ्या अंगात जेवढी म्हणून कला हाय तेवढी मी तुमचं कपाट बनविताना वतीन. सागाच्या लाकडाच्या कपाट पिढ्यान पिढ्या वापरलाव तरी कंधी भंग व्हनार न्हाय. त्याला भुंगा बी लागत न्हाय. मी त्या कपाटाला वार्नीसाचा हात मारून दीन. म्हंजी तुमाला त्याची काळजी नको."

"कपाट मला लवकर बनवून हवंय."

"भाऊ, तुमचं काम म्हणल्यावर मला आळसबी करून जमायचं नाय. तुमाला त्याची काळजी नको. पंधरा दिवसांत कपाट बनवून तुमच्या घरी आणून देतू. तुमाला टोलवाटोलवी करून मला जमायचं नाय. अंजीर आणि उंबर ह्यातला ज्याला फरक कळत नाय त्यो माणूस कसला?"

सुदामचं बोलणं ऐकूण मला आश्चर्याचा सुखद धक्का बसला. मी स्वप्नात नाही ना, अशी मला मनात शंका आली. बोलताना प्रत्येक वाक्यात कशी, साखरपेरणी करीत जावी, हे कुणीही सुदामकडून शिकून घ्यावं.

मी त्याला आवंढा गिळून विचारलं,

"मेस्त्री, कपाट बनवून घेण्यासाठी किती खर्च येईल?"

"भाऊ, तुमच्याकडून मी जादा पैसे घेणार नाय."

"मला तुम्ही खर्चाच्या आकडा सांगा."

"जास्त नाय. फकस्त आठ हजार."

"अहो, लोखंडी कपाट यापेक्षा स्वस्त मिळतं."

"भाऊ, दुकानातल्या वस्तूला कसली ग्यारंटी. सागाचं लाकूड लई म्हाग हाय.

काचसामान, वार्नीस, खिळं आणि माझी मजुरी धरून मी तुमाला त्याचा खर्च सांगितला. तुमच्या ठिकाणी दुसरा कुणी अस्ता तर मी त्याला खर्चाचा आकडा बारा हजार सांगितला अस्ता बगा.''

''माझ्यासाठी आणखी काहीतरी पैसे कमी करा.''

''ठीकाय. आणखी पाचशे रुपये कमी करतो.''

''ठीकाय.'' मी माझी संमती देत म्हणालो.

''ठरलं तर मंग. आता बयाणा म्हणून किती पैसे देताव?''

त्याचा प्रश्न ऐकून मी सावध झालो. सुदामनं कामाचा बयाणा रक्कम घेऊन अनेक लोकांना झुलवत ठेवलं होतं, ते मला ठाऊक होतं. मी त्याला माझ्या पैशाची हमी देत म्हणालो.

''मेस्त्री, माझ्यावर तुम्ही विश्‍वास ठेवा. मी तुमचा एक नवीन पैसा बुडविणार नाही. तुम्ही मला माझ्या ताब्यात कपाट दिल्यावर मी तुम्हाला लगेच ठरलेले पैसे देईन.''

''भाऊ, आमच्या कामाची पद्धत अशी आहे की, आम्ही बयाणा घेतल्याशिवाय कुणाच्या कामाला हात लावीत नाय.''

''ठीकाय. मी बयाणा म्हणून तुम्हाला आता पाचशे रुपये देतो.'' मी शर्टाच्या खिशातील पैसे काढीत म्हणालो.

सुदाम पुढे काही बोलला नाही. माझ्या हातातून त्यानं पाचशे रुपयाची कोरी करकरीत नोट घेऊन त्यानं ते त्याच्या पँटीच्या खिशात ठेवली. माझं काम झाल्यावर मी त्याचा निरोप घेतला.

ठरलेल्या दिवशी सुदाम मेस्त्री कपाट घेऊन माझ्या घरी आला नाही. त्यामुळे मी त्याला शोधत त्याच्या घरी गेलो. त्याची बायको सगुणा मला म्हणाली.

''भाऊ, त्ये तुमच्या कपाटाला लागणारं सागाचं लाकूड शोधण्यासाठनं सकाळीच घरातनं बाहीर पडून गेलेत.''

''घरी कधी येणार आहेत?''

''तसं काय त्ये मला सांगून गेले न्हाईत. राती खूप उशिरानं दिकून त्ये घरात येतील.''

''मी येऊन गेले म्हणून सांगा.''

''सांगत्ये.'' सगुणा पदराने तोंड पुसत म्हणाली.

मी मनात निराश होऊन परत वळलो. पुन्हा मी त्याच्या घरी तीन-चार चकरा मारल्या. तो घरी भेटत नसल्यामुळे मी खूप वैतागून गेलो होतो. एके दिवशी तो मला योगायोगानं त्याच्या घरी भेटला. मी आवाज मोठा करून त्याला सुनावल्यावर तो गयावया करीत मला म्हणाला, ''भाऊ, तीन-चार दिवस रानात शोधून सागाचं

लाकूड मी घेऊन आलोय. ते गिरणीतून चिरून आणायला माझ्याकडं पैसे न्हाईत. म्हणून तुमच्या कामाला उशीर होत्योय.''

''मग तुम्ही गिरणीत लाकूड चिरून आणायला कधी जाणार?''

''तुम्ही मला आता हजार रुपये द्या. मी लगेच लाकूड चिरून आणतो.''

काम लवकर होण्यासाठी मी त्याला आणखी एक हजार रुपये दिले. पुन्हा सुदाम मला काही ना काही सबबी सांगून पैसे मागायला माझ्या घरी येऊ लागला. कामाच्या आधी त्याला एक नवीन पैसा द्यायचा नाही, असं मी सुरुवातीला ठरविलं होतं. धरलं तर चावतंय नि सोडलं तर पळतंय, अशी माझी विचित्र गत झाली होती. आतापर्यंत सुदामनं काही ना काही सबबी सांगून माझ्याकडून पाच हजार रुपये उकळले होते. आता फक्त मी त्याला अडीच हजार रुपये देणं बाकी होतं. सुदामनं आपल्याला जर कपाट बनवून दिलं नाही, तर त्यानं आपला बकरा केला, असं समजायला हरकत नाही, असा विचार मी माझ्या मनात करीत होतो.

कपाट तयार करून देण्यासाठी सुदामने पंधरा दिवसांचा वायदा केला होता. आता त्या गोष्टीला, तीन-चार महिने झाले होते. त्याच्या घरी चकरा मारून माझ्या चपलासुद्धा झिजल्या होत्या. पाऊलवाटेवर खडेसुद्धा राहिले नव्हते. मनात सुदाम मेस्त्रीचा राग येत होता. एके दिवशी ध्यानीमनी नसताना माझ्या घराजवळ असलेल्या रस्त्यावर एक टेंपो थांबला. मी चार पावलं पुढे जाऊन कुतूहलानं तो टेंपो कुणाचा आला आहे, म्हणून पाहू लागलो. सुदाम आणि त्याच्या सोबत आलेले तीन-चार माणसं टेंपोतून खाली उतरताना मी पाहिलं. सुदामनं कपाट आणलं म्हणून मी खूश झालो. त्या सर्वांनी काचेचं नक्षीदार कपाट आणून माझ्या घरात बैठकीच्या खोलीत आणून ठेवलं. त्याच्यावरचा माझा राग पाऱ्याप्रमाणे उडून गेला. काचेच्या कपाटाला त्यानं वरील बाजूस सुंदर नक्षी काढली होती. नंतर तो माझे दोन्ही हात त्याच्या उबदार हातात धरून खालच्या आवाजात म्हणाला,

''देवा, कपाट बनवून आणायला थोडा उशीर झाला, त्याची माफी असावी.''

त्याचे शब्द ऐकून मी मनात ओशाळलो आणि त्याची राहिलेली रक्कम मी त्याला देऊन टाकली. आजसुद्धा माझ्या घरात बैठकीच्या खोलीत सुदामनं बनवून दिलेलं नक्षीदार कपाट आहे. कपाट पाहून मला त्याची हमखास आठवण येते.

■■■

८

पार्वती काकू

पार्वती काकू फुटकं नशीब घेऊन जन्माला आली होती. ईश्वरानं तिच्या समोर तिच्या आयुष्यात दुःखाचे डोंगर उभे केले होते. परंतु ती कधी नाउमेद होऊन कुणापुढे दुःख करीत बसली नाही. तरुण वयातच ती विधवा झाली होती. रस्त्यानं ती एका पायानं लंगडत चालायची. त्यामुळे तिच्याकडे लोकांचं पटकन लक्ष जायचं. पार्वती काकूच्या बोलण्यात जशी साखर होती, तसा तिखटपणासुद्धा ठासून भरला होता. ती बोलू लागली की, तिच्या हनुवटीवर आडवं बोट धरून तिला 'न्हाय बा, व्हय बा' असं म्हणण्याची अगदी पहिल्यापासून सवय होती. त्यामुळे तिचं बोलणं ऐकणाऱ्याला थोडी गंमत वाटायची.

गावात कुणावर कसला प्रसंग आला, तर ती मदत करण्यासाठी धावत जायची. पेरणीचं बियाणं, वांग्याची रोपं, चोपणं, इत्यादी सामान लागलं की लोक तिच्या घरी जात. कुणाची रात्री चूल पेटली नाही की, भात, वरीक, नाचणीचं दाणं मागण्यासाठी लोक पार्वती काकूकडे येत असत. गरजवंताला काकूनं रिकाम्या हातानं कधीही पाठविलं नाही. तिच्याइतकी दानत गावात कुणाकडेसुद्धा नव्हती. तिचा स्वभाव थोडा खाष्ट होता. आता लोकांना तिचा स्वभाव अंगवळणी पडला होता.

पार्वती काकूच्या गावी माझी तलाठी म्हणून बदली झाली होती. मला तलाठी कार्यालयासाठी नवीन जागा हवी होती. मी गावात जागा शोधत होतो. माझ्या

कोतवालानं पार्वती काकूकडे खोली आहे, असं सांगितलं. म्हणून मी तिला भेटण्यासाठी तिच्या घरी कोतवालाला सोबत घेऊन गेलो. मी पार्वती काकूला तिच्या घरात जाऊन म्हणालो,

"काकू, मला तलाठी कार्यालयासाठी तुमची खोली हवी आहे."

माझं बोलणं ऐकून घेऊन ती मला स्पष्ट शब्दांत म्हणाली,

"भाऊ, माझ्याकडं खोली हाय. पर त्यात येक गोम हाय."

"कोणती?" मी तिच्याकडे पाहत तिला विचारलं.

खांद्यावर ढळलेला साडीचा पदर नीट करीत पार्वती काकू घसा साफ करीत मला म्हणाली.

"त्याचं असं हाय की, मी विधवा बाई माणूस. प्वॉट जाळण्यासाठनं मी माझ्या घरात दारूचा धंदा करत असत्ये. गावातील दारूडे कवा बी माझ्याकडं दारू प्यायला येणार. त्याचा तुमाला तरास व्हणार. त्यात तुमी सरकारी माणूस. तुमाला जर हे समदं चालत असलं, तर माझं काय बी म्हणणं नाय."

मला तलाठी कार्यालयासाठी खोलीची अत्यंत आवश्यकता होती. पूर्वीच्या घरमालकानं तलाठी कार्यालयाची जागा सोडण्यासाठी तगादा लावला होता. थोड्या दिवसांसाठी खोली मिळाली तरी मला ती हवी होती. नंतर दुसरीकडे खोली पाहता आली असती. मी तिची अट मंजूर करीत म्हणालो,

"काकू, मी सकाळी दहा वाजल्यापासून संध्याकाळी पाच वाजेपर्यंत ऑफीस-मध्ये असणार आहे. सुट्टीत मी येणार नाही. मला त्या लोकांचा त्रास होणार नाही.

"मंग माझं काय बी म्हणणं न्हाय. कवा येताय? मी खोली स्वच्छ करून ठेवत्ये."

"काकू, तुम्ही उद्या खोली स्वच्छ करून ठेवा. परवा आम्ही येतो. सरकारकडून जे भाडं मिळेल ते तुम्हाला देईन."

"भाऊ, खोली भाड्याबद्दल मी तुमाला कंधी इचारणार न्हाय."

मी तिचा निरोप घेऊन मागे वळणार तोच ती मला आग्रह करीत म्हणाली,

"भाऊ, आज तुमी पहिल्यांदाच माझ्या घरला आलाव. तवा तुमी च्या चा घोट घेऊन जावा."

मला तिचा आग्रह मोडवेना. सोबत आलेला कोतवाल आणि मी खाटेवर बसलो. आम्ही दोघं खाटेवर बसल्यावर पार्वती काकू एक पाय ओढत चुलीजवळ गेली. तिनं चुलीत लाकडं घालून जाळ केला नि एका पातेल्यात चहाचं आदण ठेवलं. तिच्या शरीराच्या हालचाली निरखीत मी लोखंडी खाटेवर बसलो होतो. तिच्या घरात ती आणि तिची दोन मुलं राहात होती. दारिद्र्यानं संपूर्ण घरावर अवकळा पसरली होती. एका दांडीवर कपड्यांची लक्तरं लोंबकळताना दिसत होती. भिंतीलगत पाण्याची भांडी दिसत होती. एका कोपऱ्यात भाताचं कणगुलं ठेवलं होतं. तिच्या समोर एक लाकडी पेटी होती. त्या पेटीत डाळ, तिखट मसाला, तेलाचे डबे, कडधान्य इत्यादी वस्तू ठेवलेल्या होत्या. तिचा नवरा तिला अर्ध्या वाटेवर सोडून गेला होता. परंतु पार्वती काकूनं तिच्या मुलांना बापाच्या मायेची आठवण कधीसुद्धा होऊन दिली नाही. दोन मुलांना ती तळहाताच्या फोडाप्रमाणे जपत होती. ती तिच्या मुलांची सावली बनली होती. पार्वती काकू तिच्या मुलांच्या रूपात ती तिचा उज्ज्वल भविष्यकाळ पाहत होती. मनुष्यप्राणी हा आशेवर जगत असतो. पार्वती काकूसुद्धा

त्याला बिलकूल अपवाद नव्हती.

पार्वती चुलीपुढे बसून चहा करीत असताना माझी नजर सभोवार फिरत होती. माझ्या सोबत आलेला जंगम कोतवाल तोंडात तंबाखू ठेवून गप्प बसला होता. मागील दारी परसवणात केळी, नारळ आणि सुपारीची उंच वाढलेली झाडं होती. केळीच्या बुंध्याजवळ अंघोळ करण्यासाठी दगड ठेवला होता. दोन-तीन केळीची झाडं व्यायली होती, त्याचा वास घरभर सुटला होता. गडग्याजवळ असलेलं चिकूचं झाड टरारून वाढलं होतं, वाऱ्याच्या थंडगार झोताबरोबर ते झाड मजेदार झोके घेत होते. घरात एका कोपऱ्यात मोरी होती. भांडी, कपडे धुण्यासाठी त्याचा उपयोग होई. पार्वती काकू अंघोळ करण्यासाठीसुद्धा कधी-कधी त्या मोरीचा उपयोग करायची. घराच्या छपरावरील वासे धुराने काळवंडून गेले होते. मापाच्या भिंती भाताचा पेंडा जाळून छानपैकी सारवून घेतलं होतं. त्यामुळे त्या भिंतीचा रंग मातकट दिसत होता.

मी माझ्या डोळ्यांनी पार्वती काकूचं घर न्याहाळत असताना दरवाज्याजवळ कुणाची तरी पावलं वाजली म्हणून मी चमकून तिकडं पाहिलं. दरवाज्याजवळ एक मध्यम वयाचा, खंगलेला माणूस ओठंगून उभा होता. त्याची चाहूल लागताच पार्वती काकू बसल्या जागेवरून मोठ्या आवाजात ओरडली,

"कोण रे हाय दाराजवळ?"

"काकू, मी नाऱ्या भोरपी हाय."

"कश्याला आलास?"

"वस्तुक पाहयजे होती."

"किती?"

"आर्धी बाटली."

मी आणि कोतवाल त्या दोघांचं सुरू असलेलं संभाषण खाटेवर बसून गप्प ऐकत होतो. कोतवाल आणि मी घरात असल्याचं लक्षात येताच पार्वती काकू चेहऱ्यावरील भाव बदलून त्याला हाकलून देत कडाडली,

"नाऱ्या, तुला काय अक्कल हाय का न्हाय. आज सरकारी मान्सं माझ्या घरात येऊन बसलीत. तुला डोळ्यांनी दिसत न्हाय. जा, मंगशानी रोख पैसे असेल तर ये. जळ्ळा मेला तुझा मुस्का."

पार्वती काकूचे धारधार शब्द कानावर पडताच दारू पिण्यासाठी आलेला नाऱ्या मागच्या मागे परत फिरला. आम्ही दोघं घरात असल्यामुळे त्याची गोची झाली होती. पार्वती काकूच्या तिखट स्वभावाचं दर्शन मला पहिल्यांदाच तिच्या घरात झालं होतं. त्यामुळे माझ्या मनात थोडा वेळ चलबिचलसुद्धा झाली. अन्य कोणताच पर्याय

नसल्यामुळे मला नाइलाजानं शांत बसावं लागलं. इतक्यात पार्वती काकू गरमगरम चहा घेऊन माझ्या समोर आली आणि ती किनऱ्या आवाजात 'भाऊ, च्या घ्या.' असं मला म्हणाली. तिच्या हातातील गरम चहाचा कप घेऊन मी तोंडाला लावला. तिनं कोतवालालासुद्धा चहा आणून दिला. चहा घेऊन आम्ही दोघांनी पार्वतीकाकूचा 'येतो' म्हणत निरोप घेतला.

पार्वती काकूला तंबाखूची मशेरी लावण्याची सवय होती. पार्वती काकू तव्यावर एकदम मशेरी भाजून, फळकुटावर हातात लाटणं घेऊन अगदी बारीक वाटायची. ती वाटलेली मशेरी एका डबीत भरून ठेवायची. हातात काही काम नसेल तेव्हा डाव्या तळहातावर चिमूटभर मशेरी घेऊन ती उजव्या हाताच्या मधल्या बोटानं दातांना लावत घराच्या पायठणीवर निवांत बसायची. तिच्या दाताच्या फटीत त्यामुळे मशेरीचे बारीक बारीक कण अडकलेले ती बोलत असताना डोळ्यांना स्पष्ट दिसायचे. दाताला मशेरी लावता लावता ती मनात विचारसुद्धा करायची. घरी आल्यागेल्याशी बोलायची. एखादीला मशेरीची तल्लफ आली, तर ती बाई पार्वती काकूकडे यायची आणि तोंड वेंगाडून तिला म्हणायची,

''पार्वती, वाईच मशेरी असंल तर दे. दोन बोटं दातांना लावल्याबिगार माझ्या जिवाला चैन पडणार न्हाय बग.''

पार्वती काकू मोठ्या हाताची होती. ती बसलेल्या जागेवरून झटकन उठून डबीतील चिमूटभर मशेरी तिच्या तळहातावर ठेवायची. मग त्या दोघीजणी इकडच्या तिकडच्या गप्पा मारीत पायठणीवर बसून मशेरी लावीत. मशेरी लावताना पार्वती काकू विचित्र दिसत. मशेरीचे काळपट पट्टे तिच्या तोंडातून ओघळलेले दिसत, तिचे ओठसुद्धा काळे झालेले दिसत. कधीकधी पार्वती काकू साडीच्या पदरानं ओघळलेले मशेरीचे काळपट पट्टे पुसायची.

पार्वती काकूच्या घरातील एका खोलीत मी तलाठी कार्यालय सुरू केलं. त्याला आता एक महिन्याचा कालावधी उलटून गेला होता. मी माझ्या कार्यालयात काम करीत बसलेला असे. पीकपाणी करणं, फेरफार रजिस्टवर नोंदी करणं, ७/१२ च्या, ८ अ च्या नक्कला तयार करणं इत्यादी कामं मी करीत असे.

एकदा पार्वती काकू दातांना तंबाखूची मशेरी लावत लावत माझ्या कार्यालयात आली नि मापाच्या भिंतीला टेकून लाकडी बाकावर बसली. मशेरीचं हात झटकत तिनं मला विचारलं,

''भाऊ, तुमी इतकं येकसारकं काय वं लिवीत अस्ताव? तुमाला कंटाळा कसा येत नाय? मान्सानं वाईच आराम करावा.''

महसूल खात्यात खूप काम असतं. कितीही काम केलं तरी ते कधी संपत नाही. काम करणाऱ्यापेक्षा ते काम तपासणारी माणसं अधिक. वर्षातून दहा-पंधरा दप्तर तपासण्या. त्यामध्ये नाहक वेळ वाया जायचा. तपासणी करण्यासाठी आलेला अधिकारी उपदेशाचे डोस पाजण्याव्यतिरिक्त काहीही करणार नाहीत. त्यांची व्यवस्थित सरबराई केली नाही की, तो राग कागदावर ते काढणार. मी गालात हसत तिला म्हणालो,

"काकू, खूप कामं करायची शिल्लक आहेत. पुढील महिन्यात प्रांतसाहेब दप्तर तपासणी करायला येणार आहेत."

"भाऊ, आपल्या गावात पैलं तलाठी भाऊ होतं. ते कंधी नदरस दिकून पडायचे न्हाईत बगा. मी त्यास्नी ऐकदा माझं काम सांगितलं होतं. करतु-करतु म्हणालं नि त्यांनी त्ये केलं न्हाय बगा."

"काकू, तुमचं जमिनीसंदर्भात जे काम असेल ते काम होण्यासारखं असेल, तर मी नक्की करेन. तुम्ही त्याची बिलकूल काळजी करायची नाही." मी तिला धीर देत म्हणालो.

माझं आश्वासक बोलणं ऐकून पार्वती काकूचा गहूवर्णीय चेहरा एकदम उजळला. ती माझ्याकडे कृतज्ञपणे पाहू लागली. नंतर ती बसल्या जागेवरून उठली नि लंगडत बाहेर गेली. तोंडातील मशेरीची गुळणी पचकन रस्त्यावर टाकून ती परत आत येऊन बाकावर बसली. पदरानं तोंड पुसत ती मला म्हणाली,

"भाऊ, मला तुमच्या रूपानं पांडुरंगच भेटला बगा. माझं काम झाल्यावं मी तुमास्नी ह्या जल्मी तरी इसरू शकनार न्हाय. रात-दिस मला माझ्या जमिणींची काळजी लागलेली असत्ये. वाडवडिलांच्या जमिणी असं फुकाफुकी मी कंधी सोडणार न्हाय. माझी बी दोन लेकरं हाईत. त्यांच्यासाठनं माझा ह्यो जीव लई तुटत्योय बगा."

"आधी मला तुम्ही तुमच्या कामाची सविस्तर माहिती द्या. म्हणजे मला त्याचा विचार करता येईल." मी मोकळा श्वास घेऊन पार्वती काकू मला तिच्या कामाची मला सविस्तर माहिती सांगू लागली.

"भाऊ, ठाण्याला रेल्वे ठेसणाजवळ माझ्या मालकाचा फुलांचा धंदा होता. ते झटका येऊन वारल्यावर मी खोली ईकली नि मुलांना घेऊन गावी राहायला आले. गावात दीराच्या नावानं शेती हाय. ती वाडवडलांची जिमिन हाय. माझा दीर शेतातला एक दाणा सुदीक कंधी आमाला दावत न्हाय. इचारलं की लगेच माझ्याशी त्यो कंदाल करायला सुरुवात करतु. त्यो मिलीट्रीचा बैल हाय. त्यामुळे त्याला सांगून पटत न्हाय. तुमाला मी हात जोडून इनंती करत्ये की, त्याच्या नावावर असलेल्या

वाडवडलांच्या जिमिनीला माझं बी नाव लिवा. म्हंजी मी हक्कानं त्याच्याकडे शेतीचा हिस्सा मागेन. कोर्ट-कचेरी करायला माझी तेवडी ताकद न्हाय. शहाण्या मान्सानं कंधी कोर्टाची पायरी चढू नये, असं मी माझ्या लहानपणापासून आईकत्येय. ह्या दारूच्या धंद्यात मला रोज जेवढा पैसा मिळत्योय, तेवढा पैसा घरखर्चाला दिकून पुरत न्हाय. तालुक्याच्या पोलिसांना सुदीक मला म्हैन्याला हप्ता द्यावा लागतो. न्हायतर ते मला ह्यो धंदा करू देणार न्हाईत. सामानाची नासधूस करतात नि कोर्टात केस दाखल करतात. हप्ता दिला की थंड पडतात.''

मला तिचं काम समजलं होतं. तिचं काम तसं कठीण नव्हतं. कायद्यात ते बसत होतं. मी तिला तिच्या कामाची पूर्ण हमी देत म्हणालो,

''काकू, तुम्ही अजिबात काळजी करू नका. तुमचं काम माझ्या चांगलं ध्यानात आलं आहे. ते काम पूर्ण करण्याची जबाबदारी माझी आहे. त्यासाठी तुम्हाला काही दिवस थांबावं लागणार आहे.''

''भाऊ, येवड्या दिवसात मी थांबलीच आहे. तुमी येवडं माझं काम करून द्या. मंग मी माझ्या दीराचं गावात कसं याड काडत्ये ते तुमी बगा. येवडा त्याचा थोरला भाव वारला पर भावजय म्हणून त्यानं मला एक दमडीची सुदीक कंधी मदत केली न्हाय. मी डरली न्हाय. कष्ट करून कोण मरत न्हाय. मला कष्टाची पैल्यापास्नं सवय हाय बगा. माझी पोरं शिकून मोट्ठी झाली की, मी ह्यो घाणेरडा धंदा लगीच सोडून देणार हाय. या वीतभर प्वॉटातील भूक लई वंगाल अस्ती बगा. ती मान्साला काय करायला लावील त्याचा नेम न्हाय.''

आम्ही दोघं तलाठी कार्यालयात मनमोकळेपणानं बोलत असताना काळू कातकरी तिच्याकडे दारू प्यायला आला. पार्वती काकू त्याला नजरेसमोर पाहताच बसल्या जागेवरून ओरडली,

''काय रे काळू, कशाला आलास?''

''काकू, मला दारू पाह्यजेल.''

''काळू, आधीची उधारी तुझा बापूस देणार हाय का?''

''म्होरल्या बारीला दोनी उधाऱ्या एकदम देतु.''

''ते जमायचं न्हाय. चालू पड.''

''काकू, तसं करू नका.''

''काळ्या, तू जात्योस का न्हाय. न्हायतर मी तुझ्या अंगावर कुत्रं सोडीन. मंग तू ढुंगणाला पाय लावून पळशील.'' काकू त्याला मोठ्या आवाजात म्हणाली.

दारू प्यायला मिळत नाही, म्हणून काळू मनात निराश झाला. तो आशेनं

पार्वती काकूकडे आला होता. आधीची त्याच्याकडे उधारी असल्यानं पार्वती काकूनं त्याला हाकलून दिलं होतं. तिच्यापुढे काळूची डाळ शिजली नाही. पार्वती काकू मशेरी लावताना फक्त निवांत असायची. एरवी मी तिला कधी निवांतपणे बसलेली मी पाहिली नव्हती. मुलं शाळेत गेल्यावर ती दुपारी चुलाण्यावर दारूची भट्टी लावायची. त्या दारूच्या उग्र दर्पानं मी अस्वस्थ व्हायचो, तो घाणेरडा उग्र दर्प थेट नाका-तोंडात येऊन शिरायचा. नाकातील केस जळत. दारूची भट्टी लावताना तिच्या अंगावर फक्त विटकं जुनेर असायचं. काकूला नट्टा-पट्टा करण्याची मुळात हौस नसे. ती रंगानं उजळ असल्यानं जुनेरमध्येसुद्धा तिचं सौंदर्य उठून दिसायचं.

पार्वती काकू पोटच्या दोन मुलांसाठी घाणेरडा दारूचा धंदा करीत खडतर आयुष्य जगत होती. मुलांवर ती जिवापाड प्रेम करीत असे. अमावास्या आणि पौर्णिमेला ती एका पिशवीत नारळ, उदबत्ती घेऊन गावातील झोलाईच्या देवळात लंगडत जायची. पांडु गुरवाला नारळ, उदबत्ती देऊन झोलाई देवीला गाऱ्हाणं घालायला लावायची.

पार्वती काकूला मी दिलेला शब्द अगदी खरा करून दाखविला. एका महिन्याच्या आत फेरफार रजिस्टरला नोंद करवून, संबंधितांना नोटिसा काढून तिचं नाव ७/१२ ला कबजेदार सदरी लावून मी त्याच्या नक्कला तिला दिल्या. आधी पार्वतीकाकूचा त्यावर मुळीच विश्वास बसला नाही. नंतर ती माझ्याकडे भारावलेल्या नजरेनं बराच वेळ पाहू लागली. तिचा आनंद गगनातसुद्धा मावत नव्हता.

माझी दप्तर तपासणी करण्यासाठी गावात प्रांतसाहेब येणार होते. त्यामुळे मी प्रलंबित कामाचा निपटा करीत होतो. मान वर करून बघायलासुद्धा माझ्याकडे वेळ नव्हता. प्रांतसाहेब गावात येणार आहेत म्हणून कोतवालामार्फत पोलीस पाटील आणि सरपंच यांना तशी मी वर्दी दिली होती. आणखी एक अडचण माझ्या डोळ्यासमोर आ वासून उभी होती. साहेबांना तपासणी करायला आल्यावर चमचमीत जेवण घातलं नाही, तर ते कागदावर राग काढतात. 'कारणे दाखवा' अशी नोटीस काढून 'दे माय धरणी ठाय' अशी गत करतात, हे मला माहीत होतं. प्रामाणिक काम करून त्याचा काडीचादेखील उपयोग होणार नव्हता. गावातील लोकांची आर्थिक परिस्थिती बेतास बात होती. त्यामुळे साहेबांचं जेवण करायला कुणी सहसा तयार होत नसत. पार्वती काकूशिवाय मला कोणताच आधार उरला नव्हता. मी पार्वती काकूला भीतभीत विचारलं,

''काकू, परवा प्रांतसाहेब दप्तर तपासणीला येणार आहेत. तुम्ही साहेबांचं जेवण बनवाल का? मी तुम्हाला लागणाऱ्या सर्व जिन्नसा दुकानातून आणून देईन.''

माझं बोलणं ऐकून ती मला पदरानं तोंड पुसत ठसक्यात म्हणाली,

"भाऊ, माझ्या घरामंदी समदं सामान हाय. येऊ दे तुमच्या साहेबाला. त्याला चांगलं वडे-मटणाचं जेवान घालत्ये. तुमाला नको त्याची काळजी."

पार्वती काकू मला मदत करण्यासाठी देवागत धावून आली होती. माझी काळजी मिटली होती. मी तिला खिशात हात घालून पैसे द्यायला लागल्यावर ती मला रागावत म्हणाली,

"भाऊ, पैसं ठिवा तुमच्या खिशात. पैशानं दुकानातील सामान ईकत घेता येतं, माणुसकी ईकत घेता येत न्हाय. तुमी माझं येवडं मोठं काम केलंत. तवा मी तुमच्या उपेगी पडायला नकु?"

मी तिचं बोलणं ऐकून तिच्या चेहऱ्याकडे वेड्यागत पाहू लागलो. तिच्यातील माणुसकीची मला पुन्हा एकदा प्रचिती आली होती. हातात घेतलेले पैसे मी पुन्हा माझ्या शर्टाच्या खिशात ठेवले.

■■■

१

शेवंता गोंधळीण

शेवंता गोंधळिणीला जन्मताच नियतीकडून भटकंतीचा शाप मिळाला होता. एका मोठ्या वेताच्या टोपलीत रंगीत काचेच्या बांगड्या, फुगे, सुया, लहान मुलांसाठी रंगीत गॉगल, शिट्या, गळ्यातील माळा, आरसे इत्यादी जड सामानाची टोपली डोक्यावर घेऊन ती पायात तुटक्या चपला घालून उन्हातान्हात, थंडीवाऱ्यात वाडी-वस्तीत फिरायची. गल्ली बोळात फिरताना ती मोठ्या आवाजात 'बागंडीऽऽ ए ऽऽ बांगडीऽऽ' असं घसा फाटेपर्यंत ओरडत फिरायची, तिचा तो आवाज अगदी टिपेला पोहोचायचा. पंचेचाळीसच्या दरम्यान तिचं वय होतं. रंग सावळा, मध्यम बांधा, लांब सडक केसांचा मागे गच्च बुचडा बांधलेला, अंगावर विरलेली साडी-चोळी. पायवाटेवरील मुरमाचे खडे तुडवीत ती टोपलीतील माल विकण्यासाठी संध्याकाळपर्यंत गावात वणवण करीत फिरत असे. उन्हात तिच्या नाकातील चमकी आणि कानांत घातलेल्या कुड्या चमकायच्या. कुत्री अंगावर आली तर हातात दगड घेऊन भुंकत येणाऱ्या कुत्र्याच्या दिशेनं फेकून मारायची. गावातील कुत्र्यांना तिचा आवाज आता चांगला परिचयाचासुद्धा झाला होता. कधीकधी ती वैतागून कुत्र्यांना म्हणायची, 'ये असा म्होरं भुकत. तुज्या पेकाटात आनकी येक धोंडा घालत्ये. रोजचा माणूस वळखीत न्हाईस व्हय मेल्या. हात तुला न्हेला वागानं.'

शेवंता गोंधळीण माझं तलाठी कार्यालयाच्या जवळ असणाऱ्या घरात भाडेकरू

म्हणून राहायला आली होती. प्रत्येक गावात तिचा कमीत कमी चार-पाच महिने तरी मुक्काम असायचा. तिच्या कुटुंबात इन-मीन पाच माणसं होती. तिचा नवरा आजारी असल्यानं तो तिच्या सोबत धंद्याला जायचा नाही. तिला अठरा आणि वीस वर्षं वयाची दोन मुलं होती. तिल एक मानलेला भाऊ होता. तोसुद्धा तिच्याकडेच राहायचा.

शेवंता संध्याकाळी दमून-भागून घरी यायची, तेव्हा दिवसभर चालून-चालून तिच्या पायाला गोळे आलेले असत. पाणी पिऊन जीव थोडा थंड झाल्यावर ती

पदरानं तोंड पुसून स्वत:चे दुखत असलेले पाय स्वत:च थोडा वेळ चोळत बसायची. आजारी नवऱ्याला पाहून तिच्या मनातील राग सोड्याच्या फेसाप्रमाणे नुसता उफाळून यायचा.

"तुमी समदीजणं माझा जीव खाताव. बाहीर मीच मरायचं नि घरात आल्यावर सुदीक मीच राबायचं, वैताग आलाय मला ह्या जल्माचा. ह्यो न्हवरा बी नकु नि बिनकामाची पोरं बी नकु. घर सोडून कुठंतरी परागंदा होण्याची माझ्यावं पाळी आलीय."

तिचा नवरा कण्हत कण्हत तिला म्हणाला,

"शेवंत्ये, मी तरी काय करू सांग बगू. मला येक पाऊल दिकून चालवत न्हाय. तुजी दोन पोरं काय बी कामाची न्हाईत, गिळायला तेवढी घरात येतात."

नवऱ्याचं बोलणं ऐकून शेवंता आणखी चिडली. डोळ्यांतून आगीच्या ठिणग्या सोडीत ती नवऱ्याला म्हणाली,

"माझ्या लेकांना बोल्लास तर खपनार नाय, चोवीस तास ईड्या फुकून तू सीक पडलास नि माझ्या लेकांना बोलतोस, मी तुझं बोलणं ऐकूण घेणार न्हाय. मेल्या, तुझ्यापाय माझ्या जल्माचं वाटुलं झालंय. दारू ढोसून तू मला रगात वकुस्तवर मारयचास. त्ये मी अजून इसरलं न्हाय, मरंपावोत मी त्ये इसरणार न्हाय. त्याची मला याद झाली तर माझ्या घशाखाली अन्न सुदीक जात न्हाय. कुठला जल्माचा बदला घेत्युस कुणास ठाव."

"शेवंत्ये, सांचापरी काय तू हे बोलायला लागलीस? मी आता सीक पडलुय म्हणून तू मला बोलून दावत्येस? तू बायकु हैस का कोण?"

"मी न्हाय कुणाला बोलून दावीत. मी माझी मलाच बोलत्ये. माझ्या घरात मला बोलायला कुणाची भीती हाय का?"

थोड्या वेळानं भांडण मिटायचं. शेवंता हातपाय धुऊन चुलीवर चहाचं आधण ठेवायची. चहा उकळल्यावर नवऱ्याला एका कपात चहा देऊन ती बशीत ओतून भुरका मारीत चहा प्यायची. शेवंता खोलीत आल्याचं कळताच तिची वृद्ध घरमालकीण कंबरेत वाकत 'शेवंता ऽऽ शेवंताऽऽ' अशा कापऱ्या आवाजात हाका मारीत तिच्या खोलीत यायची. एकदा शेवंता चहा घेत असताना तिची घरमालकीण खोलीत शिरल्यावर शेवंतानं तिला चहा घेण्यासाठी खूप आग्रह केला. म्हातारीनं तिच्याकडे चहा घेतला नाही म्हणून शेवंता मनात खट्टू झाली. ती स्वत:वरच चिडली. तिनं म्हातारीनं पुन्हा कधीही 'च्या चा घोट घेताव का?' म्हणून विचारलं नाही. शेवंताकडील काडेपेटी, साबणाची वडी, सुकट घरमालकिणीला चालायचं. परंतु तिच्या चुलीवर

शिजलेला कोणताही अन्नपदार्थ तिला चालायचा नाही.

गावात राहणारा माणूस या ना त्या कामासाठी तलाठी कार्यालयात येत असतो. रेशन कार्डापासून ते जमिनीचा ७/१२ चा उतारा मिळण्यासाठी तलाठी कार्यालयात लोकांना यावं लागतं. एके दिवशी शेवंता गोंधळीण दबक्या पावलानं माझ्या ऑफीसमध्ये आली. ती आल्याचं पाहून मी तिला हातानं खूण करून बाकावर बसायला सांगितलं, शेवंता अवघडून बाकावर बसली. मी मनात विचार करीत होतो की, शेवंताच्या नावे या गावी नाही जमीन, नाही घर मग ही बाई आपल्या ऑफीसमध्ये कशाला बरं आली असावी?

घसा खाकरून मी तिला विचारलं.

"वहिनी, तुमचं माझ्याकडं काय काम आहे का?"

तोंडावर पदर धरून शेवंता मोकळा श्वास घेऊन मला म्हणाली,

"भाऊ, माझ्या नावे रेशन कारड न्हाय, तवा तुमी माझ्या नावानं नवीन रेशन कारड बनवून द्या."

शासन गरीब लोकांसाठी स्वस्त धान्य दुकानातून गहू, तांदूळ, ज्वारी आणि साखर स्वस्त दरात वितरण करीत असतं. रॉकेलसुद्धा रेशन कार्डावरच मिळायचं. शेवंताकडे रेशन कार्ड नसल्यामुळे ती शासनाच्या सवलतीचा फायदा घेऊ शकत नव्हती. मला तिची अडचण लक्षात आली. मी तिला समजावीत म्हणालो,

"वहिनी, रेशन कार्ड मिळण्यासाठी मला तुमचा लेखी अर्ज हवा आहे. त्या अर्जाला गावचे रहिवाशी असल्याबद्दल पोलीस पाटील आणि सरपंच यांचे दाखले जोडायला पाहिजे."

माझं म्हणणं तिला पटलं असावं. ती पुढे मला म्हणाली,

"भाऊ, आमी डोळं असून आंधळं हाव. तेवडा अर्ज तुमीच लिवा. मी तुमाला पोलीस पाटील आणि सरपंच यांचे दाखले उद्या आणून देत्ये."

"ठीकाय. मी अर्ज लिहितो. तुम्ही त्यावर नंतर सही करा."

"भाऊ, माझा ह्यो आंगठा. सईन करायला मी कुठं वं साळंत गेले होत्ये." शेवंता मला तिची अडचण सांगत म्हणाली.

शेवंता गोंधळीण एका भटक्या जातीत जन्माला आली होती. जन्मापासून ती भटकंतीचं जिणं जगत होती. त्यामुळे तिला शाळेत जाऊन शिक्षण घेता आलं नव्हतं. ती अक्षरशत्रू असली तरी तिनं तिच्या दोन्ही मुलांना शाळेत घातलं होतं. मी तिला म्हणालो,

"वहिनी, तुमची दोन्ही मुलं शिकलेली आहेत ना?"

माझं बोलणं ऐकून ती मनात थोडी गंभीर झाली. मला थोडं नवल वाटलं. नंतर ती मला सांगू लागली. ''भाऊ, माझा थोरला मुलगा आठवी नि धाकटा सातवी शिकलेली हाईत. त्यास्नी म्होरं शिक्शान द्यायला माझी ऐपत न्हाय बगा. रोज हिर पाडून रोज पाणी पिणारी मान्सं आमी.''

तिचं म्हणणं अगदी बरोबर होतं. घरात ती एकटीच मिळविणारी. नवरा आजारी पडलेला. मुलांना आईबरोबर बांगडीचा व्यवसाय करायला लाज वाटत होती. कष्ट करून ती अगदी जेरीस आली होती. म्हणून तिचा स्वभाव थोडा चिडचिडा झाला होता. घरात थोडं जरी तिच्या मनाविरुद्ध कुणी वागलं तरी तिच्या तोंडाचा पट्टा सुरू व्हायचा. मनातील राग ती तिच्या आजारी नवऱ्यावर काढायची.

मी तिला थोडं खाजगीत म्हणालो,

''वहिनी, तुमच्या मोठ्या मुलाचं आता कामाचं वय आहे. त्याला तुम्ही सोबत घेऊन जायचं. त्यामुळे तुमच्या बांगडीच्या धंद्याची त्याला माहिती होईल. कामाची त्याला सवयसुद्धा लागेल.''

माझं बोलणं ऐकून शेवंता गोंधळीण आणखी मनात दुःखी झाली. तिचा दुःखी चेहरा पाहून मी माझ्या मनात ओशाळलो. आपण तिला तसं उगाच सांगितलं, असं मला मनात वाटू लागलं. नंतर ती तिच्या मनातील खंत सांगत मला रुद्ध कंठानं म्हणाली,

''भाऊ, तुमास्नी मी खरं सांगत्ये. माझा मोठा मुलगा काही कामाचा न्हाय. त्याचा मला काडीचादेखील उपेग होत न्हाय बगा. खायला कार नि भुईला भार. वाडवडिलांचा धंदा करायला त्याला लाज वाटत्ये.''

''उद्या तुम्ही त्याचं लग्न तरी कसं करणार? तो बायकोला काय खायला घालील?''

''भाऊ, तुमाला मी खरं सांगू? तो काम करीत न्हाय म्हणून मी त्याच्या लगनाचा इचार सुदीक करीत न्हाय. उद्या सून घरात आली, तर तिला मलाच बाळगायला लागलं. मला मस वाटतंय की, माझ्या हाताखाली सून आल्यावं मला वाईच आराम मिळलं म्हणून. पर त्यात ह्यो असा तिढा हाय, आमची काय शेतीवाडी हाय? माझ्या थोरल्या भावाची मुलगी ईमल लगनाची हाय, माझा भाव मला न्हाय म्हणणार न्हाय. माझ्या पोरास्नी काय बी समजत न्हाय. मी काय यांच्या जल्माला पुरणार हाय? उगीच माझ्या भावाच्या मुलीची जिंदगी बरबाद करू?''

शेवंता तिच्या मनातील खंत मनमोकळेपणानं मला सांगत होती. तिची शोकांतिका ऐकून मलासुद्धा वाईट वाटलं. तिची मुलं कमी शिकल्यामुळे बेकार फिरत होती. त्यांना सरकारी नोकरी मिळणं अगदी दुरापास्त होतं. सरकारी नोकरीतसुद्धा आता

जीवघेण्या स्पर्धा सुरू होत्या.

आवंढा गिळून मी तिला खालच्या आवाजात विचारलं,

"वहिनी, तुमचं गाव कोणतं आहे?"

"भाऊ, आमचं गाव खेड. पर त्ये गाव नुसतं सांगायलाच हाय बगा. आमचं त्या गावात घर न्हाय नि शेती बी न्हाय. भाड्याच्या घरात आमी अजून- पावोत ऱ्हाताव. आमची गोंधळी समाजाची त्या ठिकाणी साताठ घरं हाईत. संत गोरखनाथ महाराज आमचं दैवत. आमचं त्या गावात घर न्हाय, त्याचं कुणाला बी सोयरसुतक न्हाय. पुढारी मतं मागायला तेवढी आमच्या घरी येतात.

एखाद्या जवळच्या माणसाला आपल्या मनातील दुःख सांगून मन हलकं करावं तसं शेवंता बाकावर बसून माझ्याशी अगदी मनमोकळेपणानं बोलत होती. ताज्या जखमेतून उष्ण रक्त भळभळा यावं, तसं ती तिच्या मनातील टोकेरी काट्याप्रमाणे बोचणारी सल तिच्या बोलण्यातून मला उलघडून दाखवीत होती. तिच्या तोंडातून तिच्या व्यथा-वेदना ऐकताना माझ्या मनालासुद्धा यातना होत होत्या. मला शेवंताबद्दल सहानुभूती वाटू लागली. एवढं सारं दुःख पचवून ती कसं बरं जगत असावी, असा माझ्या मनात प्रश्न पडला होता.

मी तिला मृदू आवाजात म्हणालो,

"वहिनी, शासन बेघर लेकांना मोफत घरकुल बांधून देतं. तुम्ही जिथं राहता तेथील ग्रामसेवक आणि सरपंच यांना भेटा. तुम्हाला हक्काचं शासनाकडून मोफत घरकुल बांधून मिळेल."

"भाऊ, नुस्तं घरकुल बांधून मिळून त्याचा काय उपेग? आमच्या रोजगाराची दिकून काय तरी येवस्था व्हायला पाहिजे. ह्यो धंदा करीत वणवण फिरताव म्हून दोन घास आमाला खायला तरी मिळतं. येका गावात ऱ्हावून आमाला उपाशी मरायची पाळी यील."

देशाला स्वातंत्र्य मिळालं होतं. परंतु त्याचा प्रकाश भटक्या जातीतील लोकांपर्यंत अजून तरी पोहोचला नव्हता. शेवंता गोंधळीणसुद्धा त्याला अपवाद नव्हती. शासनामार्फत बेघर लोकांना काही घरकुलं मोफत मिळाली होती. परंतु शासनाने त्यांना त्याच गावात रोजगार उपलब्ध करून न दिल्यामुळे पोट भरण्यासाठी रोजगाराचा शोध घेत घरकुलं बांधून मिळालेली माणसं त्यांच्या कुटुंब-कबिल्यासह फिरू लागली. त्यामुळे ती घरकुलं ओस पडून त्याची वादळ-पावसात पडझड झाली आहे. 'आंधळं दळतंय नि कुत्रं पीठ खातंय' अशीच शासनाची तऱ्हा झाली आहे. काही घरकुलं पावसात कोसळून जमीनदोस्तसुद्धा झाली आहेत.

शेवतांच्या धाकट्या मुलाचं नाव चंदू असं होतं. तिची दोन्ही मुलं पिठासारखी पांढरी होती. त्यांच्या डोळ्यांवरील पापण्या, डोक्यावरील केससुद्धा कळीच्या चुन्याप्रमाणे पांढरे होते. शेवंता तिच्या धाकट्या मुलाला लाडानं 'पांढऱ्या' म्हणून मारायची. त्याच्या डोळ्यांना सूर्यप्रकाश सहन होत नसे. प्रखर सूर्यप्रकाशाने त्याला त्याचा त्रास व्हायचा. चंदू त्याच्या आईला हाका मारत तलाठी कार्यालयात आला. शेवंताच्या जवळ येऊन तो तिला खालच्या आवाजात म्हणाला,

"आये, चुलीवयला भात शिजलाय. कालवन करायला चल."

"भाऊ, माझ्या चंदूला भात करायला येतु, च्या करायला येतू, आता मी त्याला चपात्या करायला शिकविणार हाय. उंद्या त्याची बायकु घरात आली की, तिला सयपाक करायला तरास नकु."

आईचं बोलणं ऐकूण चंदू मनामध्ये थोडा लाजला. तो तिला खांद्याला धरून 'आये, गप्प बस.' असं म्हणाला.

चंदूला मायेनं छातीशी लावत शेवंता तिच्या घरी जाण्यासाठी उठून उभी राहिली. माझ्या ऑफीसमधून बाहेर पडायच्या आधी ती पुन्हा एकदा मला आठवण करीत म्हणाली, "भाऊ, माझ्या रेशन कार्डाचं काम वाईच बिगीनं करा." नंतर ती चंदूचा हात घट्ट पकडून तिच्या खोलीकडे निघून गेली.

शेवंता मला दोन-तीन दिवस तिच्या खोलीत दिसली नाही म्हणून मी चंदूकडे तिची चौकशी केली. चंदू मला म्हणाला, "भाऊ, आई वडगावला सप्ताह हाय म्हून वस्तीला गेलीय. ती अजून दोन-तीन दिवस तरी येणार न्हाय." मी पुन्हा त्याला काहीही विचारलं नाही. वस्ती करून जेव्हा शेवंता घरी आली, तेव्हा तिनं सामानाचे सर्व डबे उघडून पाहिले. डाळ, पीठ, तांदूळ आणि गोडतेल संपलं होतं. रागानं शेवंतानं कपाळावर हात मारून घेत चंदूला विचारलं,

"चंदू, तुमच्या प्वॉटात काय खवीस शिरला व्हता व्हय रे? काय तुमाला भस्म्या रोग झाला व्हता. समदी पोटगी सपविलाव. मी पोटगी भरून गेली व्हते. आरं माझ्या कर्मा, आता मी काय करू? आता मी माझी हाडं ह्यास्नी खायला घालू?"

घरातील पोटगी संपली म्हणून शेवंता त्रागा करीत होती. रागानं स्वत:च्या गालावर चापट्या मारून घेत होती, छातीवर बुक्के मारून घेत होती, तिच्या डोळ्यांतून ठिणग्या सांडत होत्या. जत्रेतील पाळण्यागत तिच्या डोळ्यांतील काळी बुबुळं फिरत होती. तिचा आजारी नवरा शंकर एका कोपऱ्यात विडी ओढत बसला होता. शेवंताचा त्रागा पाहून तो मनातून घाबरून गेला होता. 'ती महामाया आपल्यावं घसरली तर आपण काय करायचं?' असं तो मनात म्हणत होता. त्याच्या छातीच्या

बरगड्या मोजून घ्याव्यात इतक्या स्पष्ट दिसत होत्या. गालफाडं बसली होती, डोळे निर्जीव नि भिजलेले, आजारी पडल्यापासून तो घरात अधिक कुणाशी बोलत नव्हता. जणू त्या घरात त्याचं कुणीही नव्हतं. शेवंता आजारी नवऱ्याकडे पाहून रागानं त्याला म्हणाली, "भाड्या, माझं घर ईड्या वडून पेटवित्योस? ईड्या वडून, दारू ढोसून आजारी पडलास आणि माझ्या जल्माचं मातेरं केलंस. आता माझ्या नरडीवर पाय देऊन माजा येकदा जीव घे, म्हंजी तुजा आत्मा थंड व्हईल. कुठल्या जल्माचा बदला घेतुस कुणास ठाव?

चणे आहेत पण दात नाहीत, अशी शंकर याची गत झाली होती. बायको अकांडतांडव करू लागली, की तो तिच्याकडे असाहाय्यपणे पाहत राही. तोंडातून ब्रदेखील तो काढायचा नाही. शेवंता आदळआपट करून थोड्या वेळानं शांत झाली आणि पदर खोवून ती स्वयंपाकाला लागली.

एकदा शेवंता मला तिच्या दारात बसून फणीनं केस विंचरताना दिसली. मी तिला सहज विचारलं, "वहिनी, आज तुम्ही फिरतीला गेला नाहीत?"

माझ्याकडे पाहत ती मला म्हणाली,

"भाऊ, आज अमुस्या हाय. अमुस्या समदा गाव पाळतो. अमुस्याच्या दिशी मी घराच्या बाहीर पाऊल टाकीत न्हाय. चालताना पायात ऐकुदा वेटोळं घालून बसलेला जनावर (साप) तरी दिसंल, न्हाय तर लागीर तरी व्हईल. मला लागीर झाल्यावं घरात खायचे वांदे व्हतील. म्हून मी अमुस्या पाळत्ये. कुठं बी कामाला जात न्हाय."

शेवंता अंधश्रद्धा पाळणारी होती, देवावर तिची मनापासून श्रद्धा होती, घरात बरकत यावी म्हणून ती गावच्या देवळात जाऊन नारळ द्यायची, गुरवाला गाऱ्हाणं घालायला लावायची. त्यानं दिलेला अंगारा घरात सगळ्यांना लावायची. देव कधी तरी आपल्याला सुखाचे दिवस दाखवील, या एकाच आशेवर ती जगत होती.

नवरा आजारी पडल्यापासून शेवंताला काळजीनं अक्षरशः घेरलं होतं. विचार करून तिचं डोकं फुटायचीच वेळ आली होती. तिचा नवरा आता काही दिवसांचा तिला सोबती होता, हे तिच्या लक्षात आलं होतं. तिला नवऱ्यानं ती रक्त ओकेपर्यंत मारझोड केली होती. तो राग अजूनही तिच्या मनातून काही केला जात नव्हता. तिची दोन्ही मुलंसुद्धा बापाला बाप म्हणून ओळखत नव्हती. आजारी नवऱ्याला घरात एकट्याला सोडून शेवंता वस्तीला जायची, तेव्हा वृद्ध घरमालकीण माझ्याजवळ येऊन अगदी हळू आवाजात म्हणायची,

"भाऊ, ही शेवंता गोंधळीण तुमाला दिसायला गरीब वाटत्ये, पर ती तशी बाई न्हाय बगा. ती तिच्या न्हवऱ्याची आता मरायचीच वाट बगत्येय. वस्तीला गेली

की, आजारी न्हवऱ्याला एका कापडाच्या पिशवीत भाकऱ्या नि भाजी ठेवते. आता ह्या सीक मान्साला त्याच्या नरडीखाली त्ये उतरलं का? तुमीच मला सांगा बगू. मी त्याला पाण्याचा घोट देत्ये, च्या चा घोट पाजत्ये. पर या बाईला न्हवऱ्याची जरा सुदीक काळजी न्हाय बगा. न्हवऱ्यावरती तिची समदी माया पार आटून गेली हाय.''

एके दिवशी नवरा तिला सोडून देवाघरी निघून गेला. शेवंता रडरड रडली आणि तिने गळ्यात हात घालून मंगळसूत्र तोडून टाकलं, हातातील बांगड्या भिंतीवर आपटून फोडून टाकल्या. नवरा देवाघरी निघून गेल्यावर त्याचे सर्व विधी होईपर्यंत तिनं १४-१५ दिवस घर सोडलं नव्हतं. सोळाव्या दिवशी भुंड्या गळ्यानं टोपली डोक्यावर घेऊन ती घराच्या बाहेर पडली. आता तिच्या आयुष्याला नवीन वळण लागलं होतं. तिच्या दोन मुलांचा संसार आता तिला उभा करायचा होता. तिला राग आला, तर ती तिच्या मुलांना शिव्यासुद्धा द्यायची. परंतु त्यांच्यावर ती मायेची सावलीसुद्धा धरायची. मांजरीचे दात तिच्या पिल्लांना लागत नाहीत, असं तिच्याकडे पाहून वाटायचं.

शेवंतानं लेखी अर्ज दिल्याप्रमाणे तिच्या नावे नवीन रेशन कार्ड तयार केलं होतं. नवीन रेशन कार्ड घेऊन जाण्यासाठी मी तिला निरोप दिल्यावर ती धावतच माझ्या ऑफीसमध्ये आली. मी तिचं रेशन कार्ड तिच्या ताब्यात दिलं. अत्यानंदानं शेवंतानं त्या लाल रंगाच्या नवीन रेशन कार्डावर हात फिरवून तिनं ते तिच्या डोळ्यांना लावलं. या आधी तिनं कोणत्याही गावात रेशन कार्ड काढलेलं नव्हतं. कृतज्ञतेनं ती माझ्याकडे पाहात होती. रेशन कार्ड पाहून तिला एवढा आनंद होईल, असं मला आधी मुळीच वाटलं नव्हतं. नंतर तिनं मला भरपूर दूध घालून चहा करून आणला. आधी मी तिला 'कशाला ऽऽ कशालाऽऽ' असं म्हणालो. नंतर मी तिनं आणलेला चहा बशीत ओतून भुरके मारीत संपवला. रिकामी कपबशी हातात घेऊन ती मला म्हणाली,

''भाऊ, औंदा मी माझ्या थोरल्या लेकाचं लगीन करणार हाय.''

''व्वा. फारच छान.''' माझ्या तोंडातून शब्द बाहेर पडले.

''भाऊ, आमच्या समाजात अशी पद्धत हाय की, घरातील मोठा माणूस गेल्यावर त्याच्या मुलांची लगनं एका वर्साच्या आत करायची, न्हायतर तीन वर्सानंतर करायची. समाजाचा नियम मला मोडता येत न्हाय.''

असं म्हणून शेवंता दातात पदर धरून संथ पावलं टाकीत तिच्या घराकडे निघून गेली. आता ती तिच्या घरात नवथर सून येण्याची आतुरतेनं वाट पाहात होती.

■■■

१०

रघू कोतवाल

रघू कोतवालाची वयाची चाळीशी उलटून गेली होती. सडपातळ बांधा, रंग गोरा, गोल, निस्तेज चेहरा, दारू पिऊन डोळे तांबरलेले, त्याच्या छातीच्या फासळ्या मोजून घ्याव्यात अशा, अंगावर चुरगळलेला लेंगा नि चौकडीचा सदरा, पायात तुटक्या वहाणा. हातात सरकारी कागदपत्राची लेदर बॅग घेऊन तो रस्त्यानं चालू लागल्यावर त्याचं ते ध्यान अगदी गमतीशीर दिसायचं. जणू रस्त्यानं एखादा बाहुला जात आहे, असं पाहणाऱ्याला वाटायचं. त्याला पान खाण्याचीसुद्धा सवय होती. त्याच्या तोंडात नेहमी पानाचा तोबरा भरलेला असे, त्याच्या अंगावरील सदऱ्यावर पानाचे पिंक उडालेले दिसत. तो पान जुळवू लागला, तर नुसतं त्याच्याकडे पाहात राहावं, असं वाटे. हलक्या हातानं तो पानाचा देठ नखानं खुडायचा, मग दोन-तीन वेळा ते पान मांडीवर उलटं-सुलटं करून घासायचा. नखानं डबीतील चुना घेऊन त्याचे दोन-तीन फराटे त्या कळीदार पानावर हलक्या हातानं ओढायचा. मग तो त्यावर तीन-चार बारीक काताचे तुकडे ठेवून तोंडात पान कोंबायचा नि तोंड वर करून गायछाप तंबाखूची चिमूट तोंडात सोडायचा. तोंडात पानाचा तोबरा असल्याशिवाय रघू कोतवालाचं कोणत्याही कामात अजिबात लक्ष लागत नसे.

रघू तसा गरीब स्वभावाचा. कुणी त्याच्या तोंडात बोट दिलं तरी तो बिचारा

चावणार नाही, त्याचा स्वभाव पापभीरू होता. प्राण गेला तरी मोहाला बळी पडून तो आपलं इमान कधी विकायचा नाही. गावच्या तलाठ्याबद्दल त्याला अत्यंत आदर आणि जिव्हाळा. तो जातीनं जंगम असल्यानं गावातील लग्न, सत्यनारायणाची पूजा, संतोषी मातेचं उद्यापन इत्यादी धार्मिक कामं तो करायचा. मयताच्या कार्यात करावे लागणारे विधीसुद्धा तो करीत असे. त्यामुळे गावातील सर्व लोक त्याला त्याच्या नावानिशी ओळखत. त्याला गावात 'बुवा' म्हणूनच हाक मारायचे. माझी हाक त्याच्या कानावर पडताच तो अदबीने 'जी' म्हणत माझ्या समोर एखाद्या आज्ञाधारक

विद्यार्थ्याप्रमाणे येऊन उभा राहात असे. त्याचा तो अत्यंत नम्रपणा मला खूप भावायचा. त्यामुळे त्यानं मला जिंकून घेतलं होतं.

मी जेव्हा त्याच्या गावी तलाठी म्हणून हजर झालो, तेव्हा तो मला विनंती करीत म्हणाला,

"भाऊ, माझी तुमास्नी हात जोडून अशी इनंती हाय की, मी या हफिसात मला तीस रुपये पगार असल्यापास्नं मी नोक्री करतु. माझं त्यात भागत न्हाय. मी जातीनं जंगम हाय. मी या गावात भिक्षुकीचा सुदीक धंदा करतू. माझे वाडवडील दिकून या गावामंधी भिक्षुकीचा धंदा करीत होत्ये. तवा तुमी मला सांभाळून घ्यावा. तुमाला माझ्या कामाची अजाबाद काळजी नको. तुमी मला जर आर्ध्या राती साद घातली, तरी मी कंच्या कामाला न्हाय म्हणणार न्हाय. आधी तुमाला सांगितलेलं बरं, म्हणून मी हे तुमच्या कानावर घालतु."

रघु कोतवालाकडे पाहिल्यावर कुणालाही वाटावं, की हा माणूस अजिबात फसविणार नाही. त्याच्या प्रामाणिकपणाला तोड नव्हती. त्यामुळे त्यानं जरी माझ्या कानावर त्याची अडचण घातली असली, तरी मी त्याला मुळीच आढेवेढे घेतले नाही. माझ्या मनात थोडा वेळ विचार करून मी त्याला म्हणालो. "बुवा, तुम्ही भिक्षुकी करून दोन पैसे मिळवलंत, तर मला त्याचा निश्चित आनंद वाटेल. मी तुम्हाला मुळीच अडविणार नाही. तुम्ही फक्त एक काम मला न चुकता करायचं.

"कोणतं?" बुवानं अधिर होऊन विचारलं.

"तुम्हाला भिक्षुकी करायला ज्या दिवशी जायचं असेल, त्याच्या आदल्या दिवशी माझ्या ते कानावर घालायला तुम्ही मुळीच विसरायचं नाही. तुम्हाला सरकारी पगार किती मिळतो, ते मला ठाऊक आहे आणि त्यात तुमचं भागत नाही, हे सुद्धा मला ठाऊक आहे."

"भाऊ, तुमचं उपकार मी कंधी इसरणार न्हाय. मला जवा भिक्षुकीला जायाचं असंल त्याच्या आदल्या दिशी मी तुमच्या न चुकता कानावं घालीन. त्यात खोट होणार न्हाय बगा." बुवाचा चेहरा समाधानानं उजळला.

भिक्षुकी करायला माझी संमती मिळताच बुवाला त्याचा खूप आनंद झाला होता. माझ्याकडे तो स्नेहार्द नजरेनं पाहात मृदू आवाजात मला आग्रह करीत म्हणाला,

"भाऊ, पान खा. तुमच्या साठनं मी ओली सुपारी बारीक कातरून ठेवलीय. मला ठाव हाय, की तुमाला जाडी सुपारी चालत न्हाय."

मला पान खाण्याची बिलकूल सवय नव्हती. म्हणून मी सुरुवातीला त्याला

'नको' म्हणायचो. तेव्हा बुवा मला समजावून सांगत म्हणाला,

"भाऊ, पान खाण्यामुळे काय बी तोटा होत न्हाय बगा. उलट पान खाण्यामुळे आपल्या अंगातील रगात शुद्ध होतं. माझं लगीन झाल्यापास्नं मला पान खाण्याची सवय लागली हाय. जवळ पान नसलं, की मी आक्शी येडा-दिवाना होतु. मंग माझं माझ्या कामात बी चित्त लागणार न्हाय. त्वाँडात पान असलं म्हंजी तुमचं कसलं बी काम असलं, तरी ह्यो गडी त्याला न्हाय म्हणणार न्हाय. जिद्दीनं त्ये काम पुरं करीन."

बुवाचं बोलणं ऐकून पुढे मला त्याला काहीही बोलता आलं नाही. त्याच्या सहवासात मी पान खायला शिकलो आणि ती माझी सवय झाली. कधी कामाची घाई नसेल, तेव्हा बाकावर पान खात बसलेल्या बुवाला मी आपणहून 'बुवा आता पानाची चंची काढा', असं म्हणू लागलो. रघुबुवाला दारू पिण्याचंसुद्धा बेफाट व्यसन होतं. एखाद वेळी देवावरचं फूल चुकेल परंतु सूर्यास्तानंतर दारू पिण्याचा नेम त्याचा कधीही चुकायचा नाही. दारू प्यायल्यामुळे त्याच्या शरीराची नासाडी झाली होती, त्याच्या गोऱ्या चेहऱ्यावर सूज आली होती. परंतु बुवा जेव्हा कामावर असायचा, तेव्हा तो पूर्ण शुद्धीत असायचा. कामावर असताना तो कधी दारूच्या थेंबालासुद्धा स्पर्श करायचा नाही. बुवाच्या बॅगेत नेहमी जमीन महसूल वसुलीचे पैसे असत. त्याची पुरचुंडी बांधून तो बॅगेत अगदी तळाशी ठेवायचा. परंतु त्यातील एक रुपयासुद्धा तो दारूसाठी कधी खर्च करायचा नाही. त्या पैशाला तो कधीही हात लावीत नसे. 'सरकारी पैसा म्हंजी गळ्याला फास' असं तो कितीतरी वेळा माझ्यासमोर म्हणायचा. बुवा दारुडा असला तरी त्याच्याकडे एक चांगुलपणा होता. तो कितीही दारू प्यायला असला तरी तोंडानं वायफळ बडबड करीत नसे, त्याच्या बायकोलासुद्धा घाणेरड्या शिव्या देत नसे. रघूबुवा दारू प्यायला आहे, हे मुळी त्याच्या जवळ गेल्याशिवाय कुणालाही कळत नसे.

संसार म्हटलं की सुख-दुःख, यश-अपयश, आशा-निराशा, याचा लपंडाव नेहमी सुरू असायचाच. प्रत्येकाच्या वाट्याला आलेलं आयुष्य जगताना माणसाला त्याचा अनुभव एकसारखा येत असतो, चाकोरीबद्ध आयुष्य कुणाच्याही वाट्याला येत नसतं. रघुबूवासुद्धा त्याला मुळीच अपवाद नव्हता. तो त्याच्या वैवाहिक जीवनात अपयशी ठरला होता. त्याच्या जीवनात अनेक चढ-उतार आले होते. त्याची पहिली बायको क्षयरोग होऊन, अर्ध्या वाटेवर त्याला सोडून देवाघरी निघून गेली. पहिल्या बायकोपासून त्याला एक मुलगी झाली होती. त्या छोट्या मुलीची आबाळ होऊ नये म्हणून त्यानं दुसरं लग्न केलं. बुवाची मुलगी वयात आल्यावर तिचे नखरे वाढू

लागले, तिच्या तारुण्याची चर्चा गावात होऊ लागली, कोणत्याही बंधनाला ती जुमानत नव्हती, गावातील तरुण मुलांच्या मनावर तिनं भुरळ घातली होती. त्यामुळे बुवा काळजीत पडला होता, त्याचं दारूचं व्यसनदेखील वाढलं होतं. एकदा तर त्याच मुलीनं बुवाच्या तोंडाला काळं फासलं. गावातील एका तरुणाचा हात धरून ती पळून गेली आणि त्याच्या सोबत तीन-चार दिवस मौज-मजा करून ती पुन्हा घरी आली. तिच्यामुळे रघूबुवाला गावात तोंड दाखवायलासुद्धा चोरी झाली होती. थोड्या दिवसानं लांबचं स्थळ शोधून बुवानं तिचं लग्न करून टाकलं. मुलगी नांदायला सासरी निघून गेल्यावर बुवानं सुटकेचा निःश्वास टाकला.

गावात रघूबुवाच्या नावे एक खंडीची भातशेती होती. नारळ-पोफळी, काजू-कलमाची झाडं होती नि नळींच्या कौलांचं चौसोपी घर होतं. पोटी मुलगा नाही म्हणून तो मनात निराश होता. रोज दारू पिऊन तो दुःख विसरण्यासाठी प्रयत्न करायचा. आपल्या पश्चात या मिळकतीची देखभाल कोण करणार? असं त्याला नेहमी प्रश्न पडायचा. नवस-सायास, पूजा-अर्चा, मांत्रिक करूनसुद्धा काहीही फायदा त्याला झाला नाही. दुसऱ्या लग्नाच्या बायकोला दोन वेळा गर्भ राहिला. परंतु तो गर्भ तिच्या उदरात टिकला नाही. अंगावर जाऊन तिचा गर्भपात झाला. आपल्या नशिबाला दोष देण्याशिवाय रघूबुवा काहीही करू शकला नाही.

रघूबुवा जातीनं जंगम असल्यानं त्याचं कडक सोवळं असायचं. त्याला परक्या घरातील चुलाण्यावरील पहिल्या धारेची नवसागरची दारू चालायची; परंतु त्याच घरातील चुलीवर शिजवलेलं अन्न मात्र चालायचं नाही. जमीन महसूल वसुलीसाठी मला गावागावात फिरावं लागत असे. मी रघूबुवाला माझ्या सोबत घेऊन जायाचो. दुपार झाली, की वाडीतील लोक आम्हाला जेवणासाठी आग्रह करीत. रघूबुवा सोबत असल्यानं मला जेवणासाठी झटकन 'हो' म्हणता येत नसे. रघूबुवाला लोकांच्या चुलीवरील शिजलेलं अन्न चालत नसल्यामुळे तो त्यांच्याकडून तांदूळ, मीठ-मिरची, डाळ, बटाटे इत्यादी जिन्नसा मागून घ्यायचा आणि स्वतः पाण्याची कळशी भरून आणून त्याच्यासाठी चुलीवर डाळ-भात करीत असे. त्याचं जेवण तयार करून झाल्यावर आम्ही सर्वजण एकाच पंगतीत जेवायला बसायचो. रघूबुवा पानाभोवती पाणी सोडून त्याला दोन्ही हात जोडून नमस्कार केल्याशिवाय कधी तोंडात घास घेत नसे.

जेवण झाल्यावर रघूबुवा माझ्याजवळ बसून पान जुळवीत म्हणायचा,

"भाऊ, आताच आपलं जेवान झालंय. वाईच दम टाकू. मंग वाईच ऊन खाली झाल्यावं मकान काटायला सुरुवात करू."

मला त्याचं बोलणं पटायचं. ऊन खाली झाल्यावर मग आम्ही परतीच्या वाटेला लागायचो. बुवा हडकुळा असल्यानं पाऊलवाटेवरून चालताना त्याच्या गुडघ्यातून 'कटकट' असा आवाज ऐकू यायचा. ऊन लागू नये म्हणून तो डोक्याला घट्ट सफेद पंचा गुंडाळीत असे. एका हातात लेदर बॅग, तर दुसऱ्या हातात मेसाची काठी घेरून स्वारी माझ्या पुढे चालत असे. झुडपातून जाताना हातातील काठीनं ती झुडपं बाजूला करायचा. एखादा साप दिसला, की हातात काठी असली तरी तो त्याला कधीही मारायचा नाही. तो स्थानिक असल्यानं वाटा-आडवाटा त्याला माहीत होत्या. त्यामुळे फिरतीला मला त्याचा उपयोग व्हायचा.

रघूबुवा दारू पीत असल्यामुळे तो वरचेवर आजारीसुद्धा पडायचा. त्याला विश्वासात घेत मी एकदा त्याला म्हणालो,

"बुवा, तुम्ही दारू सोडा. तुमची तब्येत लगेच सुधारेल."

माझं बोलणं त्यानं अगदी शांतपणे ऐकून घेतलं नंतर तो आढ्याकडे पाहात निराशपणे म्हणाला,

"भाऊ, तुमचं म्हणणं बरोबर हाय. मी कंधी ना कंधी मरणारच हाय. आता मी दारू सोडली, तर मी पटकन मरून जाईन बगा. माझ्या पश्चात माझ्या बायकुचं कसं व्हईल, याचीच मला काळजी लागली हाय. दारूचा घोट घश्यात गेल्यावं थोडा येळ समदं इसरायला व्हतं बगा. तवा तुमी मला सांगा, मी आता काय करू?"

त्याचं बोलणं पटत असलं तरी मी ते मुळीच स्वीकारलेलं नव्हतं. त्याच्यापुढे काहीही न बोलता मी गप्प बसणं पसंत केलं. कोणतंही व्यसन वाईट असतं. त्यामुळे व्यसन करणारा माणूस रसातळाला गेल्याशिवाय राहात नाही. मला सर्व ठाऊक होतं. त्याला उपदेश देण्यापलीकडे मी काहीही करू शकत नव्हतो.

थोड्या वेळानं मी बोलायला पुन्हा तोंड उघडलं आणि त्याला एक चांगला उपाय सुचवीत म्हणालो,

"बुवा, तुम्ही एखादं छोटं मूल का नाही दत्तक घेत? तुमचे सगळे प्रश्न झटकन सुटतील."

"भाऊ, सोताच्या रगताच्या मुलाची सर त्या दत्तक घेतलेल्या मुलाला येणार न्हाय बगा."

"बुवा, तुमच्या पश्चात तुमच्या वडिलोपार्जित मिळकतीची देखभाल करण्यासाठी कुणीतरी वारस हवा म्हणून मी तो तुम्हाला उपाय सुचवला. तुम्ही मनाला वाईट वाटून घेऊ नका."

"भाऊ, मी मनाला वंगाळ वाटून न्हाय घेणार. तुमी भल्यासाठीच सांगताव.

मी समदा भरोसा त्या पांडुरंगावर सोडणार हाय. जशी त्याची मर्जी.'' बुवा आभाळाकडे दोन्ही हात करीत म्हणाला.

प्राप्त परिस्थितीवर मात करण्यासाठी मनुष्य काही करू शकत नसेल, तर तो ईश्वरावर भरोसा ठेवतो. रघूबुवा सुद्धा त्याला मुळीच अपवाद नव्हता. आता तो ईश्वरावर भरोसा ठेवून जगण्याचा प्रयत्न करीत होता.

संपूर्ण आठवड्यात बुवा एकदाही ऑफिसकडे फिरकला नाही. जमाबंदी ऑडिटच्या धांदलीत मला त्याची चौकशी करण्यासाठी वेळ मिळत नव्हता. 'बुवा आजारी तर पडला नसेल ना?' अशी क्षणभर माझ्या मनात शंका आली.

मला राहवलं नाही म्हणून मी त्याची चौकशी करण्यासाठी भाताची खाचरं तुडवीत त्याच्या घरी गेलो. बुवा तुळशीच्या कट्ट्याजवळ काडीनं दात टोकरीत उभा होता. त्याच्या घरामध्ये बायकांचा बोलण्याचा आवाज ऐकू येत होता. मला पाहून बुवा तोंडभर हसला आणि घसा खाकरून तो माझी चौकशी करीत म्हणाला, ''भाऊ, कसं काय येणं झालं म्हणायचं. मला तुमी सांगावा धाडला अस्ता, तर मी लगोलग हाफिसात हजर झालू असतू.''

मला बसण्यासाठी बुवानं ओटीवर घोंगडी अंथरली. घोंगडीवर बूड टेकीत मी त्याला म्हणालो,

''तुमच्या घरी मी सहज आलोय. तुमची तब्येत कशी आहे?''

''भाऊ, मी ब्बेस हाय. माझी लगीन झाल्याली लेक माह्येरी आलीय. म्हून मला हाफिसाकडं येता आलं न्हाय.''

''मीसुद्धा जमाबंदी ऑडिटच्या गडबडीत होतो. त्यामुळे मला तुमची चौकशी करता आली नाही.''

''ऑडिट झालं?''

''होय.''

''कसं झालं ऑडिट?''

''चांगलं झालं. जास्त त्रुटी निघाल्या नाहीत.''

मापाच्या भिंतीला टेकून मी रघूबुवा याच्याशी बोलत होतो. माझ्या समोर उकिडवा बसून तो माझ्याशी बोलत होता. माझ्याशी बोलताना त्याला थकवा जाणवत होता. पान खाऊन त्याचे रंगलेले ओठ मला दिसत होते. त्याच्या थिजलेल्या डोळ्यांमध्ये जिव्हाळा आणि आत्मीयता अगदी तुडुंब भरलेली होती.

आम्ही दोघं नंतर हवापाण्याच्या गोष्टी करीत असताना रघू कोतवालाची बायको आमच्यासाठी बाहेर चहा घेऊन आली. ती दिसायला ठेंगणी आणि काळीसावळी

होती, अंगानं धष्टपुष्ट होती. तिनं कासोटा घातला होता. गालात हसत ती मला किनऱ्या आवाजात म्हणाली,

"भाऊ, च्या घ्यावा."

"वहिनी, बरं आहे ना?" हातात चहाचा कप घेत मी तिची चौकशी करीत म्हणालो.

"व्हय. मी ब्बेस हाय. लई दिसानं घरला आलाव. हे रोज तुमची आठवण काढीत असतात." बुवांच्या हातात चहाचा कप देत त्याची बायको म्हणाली.

तिचं बोलणं ऐकून मी फक्त तिच्या उत्तरासाठी गालात हसलो. श्रीमंत लोकांना उपकाराची आठवण राहात नाही. ते पैशाच्या नशेत त्यांचं जीवन जगत असतात. परंतु गरीब माणसं केलेल्या उपकाराची सदैव आठवण ठेवीत असतात. रघू कोतवालाची बायको रखमा आणि तिचा नवरा या गोष्टीला बिलकूल अपवाद नव्हते.

चहा पिऊन झाल्यावर रघूबुवानं मला त्याच्या हातानं पानाचा विडा बनवून दिला. माझ्यासाठी त्यानं पितळेच्या नक्षीदार अडकित्त्याने बारीक सुपारी कातरली होती. पानात लवंग घातल्यामुळे त्याची मस्त चव माझ्या जिभेवर रेंगाळत होती. आमच्या दोघांच्या पुन्हा गप्पा सुरू झाल्यावर बुवा निश्चिंत होऊन मला म्हणाला,

"भाऊ, आता मला माझ्या मिळकतीची मुळीच काळजी न्हाय."

त्याचं बोलणं ऐकून मी आश्चर्यचकित झालो. त्याच्या मिळकतीविषयी त्याचं आणि माझं मागे बोलणं झालं होतं. तेव्हा तो माझ्या मागे माझ्या मिळकतीचे कसं होणार म्हणून काळजी करीत बसायचा. माझा आश्चर्याचा धक्का पूर्णपणे ओसरल्यावर त्याचं रहस्य जाणून घेण्यासाठी मी त्याला अधीर होऊन विचारलं,

"ते कसं काय बुवा."

"भाऊ, मी वाझुंटा न्हाय. पैल्या बायकुची मला लगीन झाल्याली मुलगी हाय. आता तीच माह्येरी आलीय. मी जिता हाय तो पावोत मी तिच्या नावानं माझी मिळकत करून ठिवणार हाय. माझ्या मंगोरी माझी भावकी कंदाल करील."

"बुवा, तुम्ही वहिनीबरोबर तसं बोललात का?"

"तिची काय बी आडकाठी न्हाय बगा. रखमा माझी बायको लई मोठ्या मनाची हाय. तिला कसला सोस न्हाय बगा."

"बुवा, तुम्ही डॉक्टरकडे जाऊन या. दारू सोडा, तुम्ही ठणठणीत बरे व्हाल. दारू सोडल्यामुळे थोडे दिवस तुमाला त्रास होईल. नंतर सर्व ठीक होईल." त्याला बरं वाटावं म्हणून मी म्हणालो.

"भाऊ, वठलेल्या झाडाला तुमी किती बी पानी घालून जगविण्याचा प्रयत्न

केला, तरी त्याचा काय बी उपेग होत न्हाय. कधी ना कधी ते झाड जिमिनीवर कोसळणारच.''

बुवा मृत्यूची चाहूल लागल्याप्रमाणे मला म्हणाला. मृत्यूला आता तो बिलकूल घाबरत नव्हता. जणू मृत्यूला त्याच्या कवेत घेण्यासाठी तो उतावीळ झाला होता. त्याचं निर्वाणीचं बोलणं ऐकून मी माझ्या मनात निराश झालो. मुलगी माहेरी आली आहे म्हणून त्याचा त्याला मनात खूप आनंद झाला होता. वात्सल्याचा त्याला पान्हा फुटला होता. मी त्याचा निरोप घेऊन वाट तुडवू लागलो.

रघुबुवा पुढे जेमतेम सहा महिने जगला. त्याचं शरीर वाळून ऊसाच्या चिपाडागत झाल्यावर एक दिवस त्यानं या जगाचा कायमचा निरोप घेतला. त्याच्या अंत्य-संस्कारासाठी मी जातीनं हजर राहिला होतो.

■■■

११

रमेश सोनार

रमेश सोनार मध्यम वयाचा असला तरी त्याच्या तोंडाचं बोळकं झाल्यामुळे तो वयाची साठी उलटून गेल्यासारखा दिसत होता. निळी झाक असलेले त्याचे डोळे एके ठिकाणी कधीही स्थिर नसत. कावळा जसं नेहमी इकडेतिकडे पाहात राहातो, तसं तो पाहात राही. त्याच्या दोन्ही कानांवर केस उगवलेले होते. डोक्यावरील केस तो नेहमी तेल लावून मागे वळवायचा. सरड्याप्रमाणे त्याच्या चेहऱ्यावरील भाव क्षणाक्षणाला बदलत असत. भांचोद, मादरचोद अशा इरसाल शिव्या घालीतच तो बोलायला सुरुवात करीत असे. एरवी तो जंगली वाघाप्रमाणे डरकाळी फोडायचा. परंतु ऐनवेळी तंगडीत शेपूट घालून गप्प बसायचा.

रमेश सोनार म्हणजे गावातून अगदी ओवाळून टाकलेली व्यक्ती. ओठावर मिसरूड फुटलं तसं त्यानं गावाला रामराम ठोकून नशीब काढण्यासाठी मुंबई गाठली. सळसळत्या तरुण वयात त्यानं मुंबईची गल्ली-बोळं पायाला चाक बांधून अक्षरश: पालथी घातली. चाकू-सुरी बाळगून मवालीपणा केला, दादागिरी करून गुंडांकडून आणि पोलिसांकडून कुत्र्यासारखा मारसुद्धा खाल्ला. त्याच्या पाठीवर आणि पोटावर अजूनही मारहाणीच्या खुणा आहेत. त्या खुणा लोकांना दाखवून तो त्याचं मुंबईचं जीवन कथन करायचा. त्याच्या थोरल्या भावानं त्याचं बखोट धरून काम करून पैसे कमविण्यासाठी त्याला मुंबईला नेलं होतं, नंतर त्याला त्याची

डोकेदुखी झाली होती. त्याच्या भावाला नंतर असं वाटू लागलं, की यापुढे रमेशला आपल्या घरात थारा देणं म्हणजे पायावर धोंडा मारून घेण्यासारखं आहे. तो सुधारावा म्हणून थोरल्या भावानं त्याचं लग्न केलं. परंतु रमेशच्या स्वभावात त्यामुळे काडीचादेखील बदल झाला नाही. दिवसेंदिवस त्याच्या दादागिरीत भरच पडू लागली. रमेशची थेरं पाहून त्याच्या आईवडिलांनी काळजीनं इहलोकाची यात्रा संपवली. मुंबईत राहून रमेश अजिबात सुधारणार नाही, हे ध्यानात येताच त्याच्या थोरल्या भावानं गोड बोलून शेतीवाडीची देखभाल करण्यासाठी त्याच्या बायकोसह त्याला गावी पाठवलं आणि त्यानं सुटकेचा नि:श्वास टाकला.

भुकेलेला वाघ जंगलात डरकाळ्या फोडून जंगल अगदी दणाणून सोडतो, रमेश सोनार पिंपळाच्या पारावर उभा राहून मोठ्या आवाजात बडबड करायचा. त्याच्या बोलण्यात इरसाल शिव्या असत. ऐकणाऱ्याला वाटे, की तो या ठिकाणी कुणाशी तरी भांडतो आहे. त्यावेळी त्याच्या डोळ्यांतसुद्धा आग असायची, गाल आत गेलेला त्याचा चेहरा अगदी त्वेषानं फुललेला असायचा. गमतीचा भाग म्हणजे त्यानं दिलेल्या शिव्या त्या ठिकाणी ऐकायला कुणीसुद्धा हजर नसत. मांजराचा आवाज ऐकून बिळात जसा उंदीर लपून बसतो, तसं त्याच्या बायकोचा आवाज जरी कानावर पडला, तरी रमेशची बोलतीच बंद पडायची आणि तो बर्फागत थंड पडायचा. त्याची बायको काही कामानिमित्तानं घराच्या बाहेर पडली, तर हा तिथं हजर असणाऱ्या माणसांना आवाज मोठा करून म्हणायचा,

"हिला स्सालीला नवऱ्याची किंमत मुळीच न्हाय. मी म्हून हिला बाळगत्योय. आपली खोपडी सणकली की आपल्या सारका वंगाळ माणूस कोण न्हाय. मंग मी सोताच्या बायकोला दिकून वळखनार न्हाय. आपल्या म्होरं कुणाचं बी रुबाब न्हाय पाह्यजे. मुंबईला होतु तवा मोठे मोठे शेठ लोक आपल्याला सलाम करीत. माझा तस्सा दराराच होता म्हणा ना."

बायकोच्या गैरहजेरीत रमेश तिची भरपूर खरडपट्टी काढायचा. पुन्हा ती घरात आल्यावर रमेश तिच्या पुढे भित्र्या सशागत गोंडा घोळीत फिरायचा. बायको लगेच घरी आल्यावर तो तिला विचारायचा,

"शांता, इतक्या लवकर काम आटपून परत आलीस?"

"कामाला गडी मिळतात का म्हून मी वाडीत बघायला गेले होत्ये. आपल्या कलमी आंब्यांना यंदा चिक्कार मोहोर आलाय. नुस्तं चकाट्या पिटत फिरताव. तुमास्नी काम करायला नको." शांता वैतागानं म्हणाली.

"आता ऊन हाय. नंतर मी खालच्या वाडीत जातू."

"तुम्हाला परत आठवण करायला होवी?"

"करयाला. मला त्याची आठवण ऱ्हाईल."

घरात दोघं नवरा-बायको असताना शांता त्याला एके दिवशी गंभीर आवाजात म्हणाली. "अवं ती तुमची कार्टी संगीता हल्ली लई फाजील झालीय बगा. उनाड पोरांच्या संगतीनं गावात शाळा सोडून भटकत्ये. उद्या ती आपल्या त्वाँडाला काळं फासेल. मंग तुमास्नी चांगली अक्कल येईल."

"तू तिला धाकात ठेव. तू तिची आई हायेस."

"तिनं शेण खाल्लं तर म्होरं कोण निस्तरणार? गावात आपली छीऽऽ थू व्हईल."

"माझी संगीता तशी न्हाय. देवानं तुला त्वाँड दिलंल म्हून तू कायबाय भकायला लागलीस." लेकीची बाजू घेत रमेश बायकोला म्हणाला.

"मी तुमास्नी पुन्हा येकदा सांगत्ये. कार्टीचं लक्षाण काय मला ठीक दिसत न्हाय. मंग कपाळाला हात लावीत बसायची पाळी आपल्यावर येईल."

"मी आता काय करू?" रमेशनं त्याच्या बायकोला रागानं विचारलं.

"आता ती कार्टी घरात आल्यावर तुमी तिला 'कुठं गेली व्हतीस?' म्हणून दमात घेऊन विचारा."

"शांता, तिला आता येऊ दे घरात. तुझ्या म्होरं मी तिला दमात घेऊन इचारतो का न्हाय ते तू नुस्तं बगत ऱ्हा. माझी आता खोपडी सणकली हाय."

नवऱ्याचं बोलणं ऐकून शांता गप्प बसली. संगीता गावात भटकते म्हणून तिला तिचा राग आला होता. लेकीला दोन-तीन वेळा ओरडूनदेखील काहीही उपयोग झाला नव्हता. शांतानं तिच्या नवऱ्यालासुद्धा मिठीतून मुठीत ठेवलं होतं. रमेशचा स्वभाव असा होता, की तो कोणतीही गोष्ट मनाला कधीही लावून घ्यायचा नाही. तो ती घटना थोड्या वेळानं पार विसरूनदेखील जायचा.

थोड्या वेळानं 'बाबाऽऽ बाबाऽऽ" अशा हाका मारीत संगीता घरात शिरली. लेकीला पाहून रमेश गालात गोड हसला नि तिला म्हणाला, "आलीस माझी बाय." संगीताला नुकतंच अठरावं वर्ष सुरू झालं होतं. एखाद्या कळीचं सुंदर फुलात रूपांतर व्हावं तशी ती तारुण्यानं मुसमुसली होती.

शांतानं नवऱ्याला खाकरून इशारा करताच रमेशनं लेकीला विचारलं,

"बायो, इतका वेळ कुठं गेली व्हतीस? आईला घरकामात मदत करायचं. ती येकटी किती काम करणार?"

घरी आलेल्या एखाद्या पाहुण्याची विचारपूस करावी, तसं रमेश संगीताला बोलल्याचं पाहून त्याच्या बायकोनं रागाने कपाळावर हात मारून घेतला आणि नवऱ्याची खरडपट्टी काढीत ती कडाडली,

"असं तिला इचारल्यावर तिला धाक ऱ्हाईल? तिला चांगली दांडकून काडायला पाह्यजे. लईच फाजील झालीय कार्टी."

रमेश लेकीचं कौतुक करीत त्याच्या बायकोला समजावीत म्हणाला,

"शांता, तू उगाच त्रागा करत्येस. माझी पोर लई गुणाची हाय बग."

"आऽ हाऽ हा म्हणे लई गुणाची हाय. बापलेक दोगं येकाच माळंची मणी हाईत."

बापानं आपली बाजू घेतली म्हणून संगीताला त्याचा आधार वाटू लागला. शांता तिच्या चारित्र्यावर नेहमी संशय घेते म्हणून तिला तिच्या आईचा राग यायचा. संगीता आईची कागाळी करीत तिच्या बापाला लटक्या रागानं म्हणाली.

''बाबा, तुमी तिला सांगून ठेवा. सारखी माझ्या मागे भुणभुण लावते. मी अभ्यासाला बसले, की मला भांडी घासायला सांगत्ये. मग माझा अभ्यास कसा होईल.''

''रांडं, बापाकडं माझी चुगली करत्येस. उद्या तुझं लगीन झाल्यावर तुझा बाप तुझ्या सासरी भांडी घासायला जाणार हाय? तुला कामाचं वळण लावायला नको?'' शांता रागानं म्हणाली.

थोड्या वेळानं घरातील भांडण थांबलं. शांतानं लेकीला जेवायला वाढलं नाही. संगीतानं स्वत:च्या हातानं एका स्टीलच्या ताटात जेवण वाढून घेतलं. आणि पाण्याचा तांब्या भरून घेऊन ती मांडी घालून जेवायला बसली. रमेश तिच्या समोर उकिडवा बसत तिला आग्रह करीत मायेनं म्हणाला, ''बायो, पोटभर जेव. काय लागंल की आणखी वाढून घे.'' संगीता बापाकडे आश्वासक नजरेनं पाहात तोंडात घास कोंबू लागली. ठसका लागल्यावर तिनं पुढ्यातील पाण्याचा तांब्या उचलून तोंडाला लावला.

खाडी किनारी रमेशच्या नावे वडिलोपार्जित भातशेती होती. उन्हाळ्यात तो त्या जमिनीत तूर, पावटा, वाल इत्यादी पीक घ्यायचा. कधीकधी रानडुकरं झुंडीनं येऊन उन्हाळ्यात त्याच्या पिकाची नुकसानी करीत. रमेशच्या नावे डोंगराच्या उताराला देखील जमीन होती. त्या जमिनीत त्यानं काजू-कलम इत्यादी फळझाडं लावली होती. त्याचे त्याला वर्षातून एकदा पैसे मिळत. रमेशकडे वडिलोपार्जित जमीन असली, तरी त्याने हयातीत कधी हातात नांगर धरला नव्हता. शेतीची कामं करण्यासाठी तो मजुरीनं माणसं लावायचा.

घरखर्चाला थोडे पैसे मिळावेत या उद्देशानं रमेशनं एसटीच्या थांब्याजवळ चहाचं छोटं हॉटेल सुरू केलं. गिऱ्हाइकांना बसण्यासाठी त्यानं एक लाकडी बाक आणि दोन प्लॅस्टिकच्या खुर्च्या आणून ठेवल्या होत्या. संध्याकाळ झाली, की मी माझं तलाठी कार्यालय बंद करून घरी जाण्यासाठी रमेशच्या हॉटेलात एसटीची वाट पाहत थांबायचो. खेडेगावातील एसटीच्या गाड्या कधीही वेळेवर येत नसतात. मला खुर्चीत बसलेला पाहून रमेश खुलायचा आणि तो मला मुंबईच्या भूतकाळातील गमती जमती अगदी रंगवून रंगवून सांगायचा. गावात कुणाला कसा दम भरला याचीसुद्धा माझ्या समोर फुशारकी मारायचा. माझा वेळ मजेत जात असे. मी त्याला हसून दाद दिली, की त्याच्या अंगात आणखी सहस्त्र हत्तींचं बळ यायचं. मोठ्या

आवाजात तो लोकांची उणी-दुणी काढू लागल्यावर त्यांची बायको शांता त्याला मोठ्या आवाजात ओरडायची.

"अवं, आता गप्पा मारायच्या बास करा. वाईच आलेल्या गिऱ्हाइकांकडे ध्यान द्या. जळलं मेल्याचं लक्षण. येकदा का ह्यांच्या तोंडाचा पट्टा सुरू झाला, तर ह्यास्नी कसली सुदबुद ऱ्हात न्हाय."

"शांता, त्वाँड मीट, लई पकपक करू नगंस."

बायको कामात असल्याची खात्री करून घेऊन रमेश मला खालच्या आवाजात म्हणाला.

"भाऊ, ही बायकु म्हणायची की कोण? जवा-तवा हिची टकळी सुरू असत्ये. हिचा मला आता खूप कंटाळा आलाय. मी आता हिला सोडणार आणि दुसरी बायकू लगेच करणार हाय. अजून कितीजणी तरी माझ्यावर जीव टाकतात. हिला घरात बसून गप्प खावत न्हाय."

रमेश मला हळू आवाजात सांगत होता. परंतू त्याच्या दुर्दैवानं त्याचं बोलणं शांताच्या कानावर गेलं. डोळ्यांतून ठिणग्या सांडतच ती त्याला ओरडू लागली,

"कंची रांड हिथं फासली पडायला येत्ये तेच मला आता बगायचं हाय. न्हाय तिच्या झिंज्या उपटून बुकलून काढलं, तर मी नावाची शांता न्हाय. तुमास्नी काय या वयात म्हातारचळ लागलंय? अब्रूनं मान्सानं ऱ्हावावं. मी म्हून तुमच्या हाताखाली सौंसार करत्येय. आनकी येकुदी असती तर कवाच पळून गेली असती. आता तुमी कुणाशी लगीन करणार हाव तेच मला बगायचं हाय. आताच्या आता गावचं सरपंच आणि पोलीस पाटील यांना बोलावून आणत्ये नि याचा न्याव करायला लावत्ये."

बायकोचा सुरू असलेला थयथयाट पाहून रमेश घाबरून गेला. तो तिची मनधरणी करीत म्हणाला, "शांता, वेडी आहेस तू. माझं बोलणं लगेच तू मनावर घेत्येस बग. मी थोडी तुझी गंमत गेली. आता या वयात कोण लगीन करील व्हय? आता माझी लाकडं नदीवर गेलीत."

दोघा नवरा-बायकोचं नेहमीप्रमाणे लुटूपुटूचं भांडण सुरू होतं. मी त्यांच्या भांडणात मध्यस्थी करीत म्हणालो,

"वहिनी, त्यांचं बोलणं तुम्ही मनावर घेऊ नका. ते चेष्टेनं म्हणत होते."

"भाऊ, आज वीस-पंचवीस वर्षं मी यांच्या बरूबर सौंसार केलाय. मी ह्यास्नी चांगली वळकत्ये." शांता.

शांताचा कंठ दाटून आला होता. डोळ्याला पदर लावून ती अश्रू ढाळू लागली. ती रडत असल्याचं पाहून रमेश पुन्हा तिची मनधरणी करू लागला. अभिनय

करण्यात शांता नवऱ्यापेक्षा सवाई होती. दोघे नवरा-बायको एकाच माळेचे मणी होते. कधीकधी शांताच्या हातून अनवधानानं चूक व्हायची. तेव्हा रमेशला तिची कानउघाडणी करण्यासाठी आयती संधी चालून यायची. तो जरी मोठ्या आवाजात तिची खरडपट्टी काढू लागला, तरी त्याचा दम पोकळ असे. परंतु रस्त्यावरून जाणारे-येणारे यांना त्याचं बोलणं ऐकून वाटायचं की, बायको दमात ठेवावी ती रमेश सोनारानंच.

गप्पा मारीत वेळ कसा घालवायचा, हे कुणीही रमेश सोनाराकडून शिकून घ्यावं. रमेश गप्पा मारीत दिवस ढकलायचा. दुसऱ्याच्या भानगडीत नाक खुपसून वाद अंगावर ओढून घेण्यात त्याचा गावात कुणी हात पकडू शकत नव्हता. बढाई मारीत रमेशनं एखादी अफवा गावात पसरविली, की त्याची सर्वत्र चर्चा सुरू व्हायची. मग तो लोकांना कसं मूर्ख बनविलं म्हणून 'खीऽऽ खीऽऽ' करीत दात काढायचा. त्यानं भूलथापा मारून अनेक लोकांना मूर्ख बनविले होते. त्याच्या बढाया, भूलथापा आता गावातील लोकांना अंगवळणी पडल्या होत्या. कधीकधी रमेशनं मारलेल्या भूलथापा लोक मनावरसुद्धा घेत नसत.

एके दिवशी घरी जाण्यासाठी मी गाडीची वाट पाहत त्याच्या छोट्या हॉटेलात एका प्लॅस्टिकच्या खुर्चीत त्याच्याशी बोलत बसलो होतो. माझ्या समोर रमेश तळहातावर तंबाखू मळत बसला होता. तंबाखू मळून झाल्यावर त्यानं डावा तळहात नाकासमोर धरून त्यावरची भुकटी फुकली. नंतर चिमटीत मळलेली तंबाखू घेऊन त्यानं ती अलगद त्याच्या दाढेखाली सोडली आणि दोन्ही हात ढुंगणाला पुसत तो बढाई मारीत मला म्हणाला,

"भाऊ, माझ्या अंगात रग होती तवा मुंबईत मवालीगिरी करून ती मी जिरवली. भांचोद, आपल्या वाटंला कुणी सुदीक जात नसत. स्साले मला बगून सगळे एकजात टरकत. एखाद्या गल्लीतून मी जाऊ लागलो की सगळे मला सलाम करीत. मायला, आपली तशी वट होती. ह्या गावंढ्या गावातील लोकांना अक्कल न्हाय. त्यास्नी मीच वठणीवर आणणार हाय बगा. मुंबईत पोलीस सुदीक आपल्या वाटेला कंधी जात नसत.

"पोलीससुद्धा तुम्हाला टरकायचे?" आवंढा गिळून मी त्याला उपरोधानं विचारलं.

"तर वं. मी लबाड कंधी बोलत न्हाय. तुमाला मी खरं सांगतो. एकदा भाईगिरी करताना माझ्या हातून हाफ मर्डर झाली. मी ज्याची हाफ मर्डर केली होती, तो हत्तीवाणी गडी होता. माझ्या बी अंगात तवा काय कमी रग नव्हती. पाटं उठून जोर-बैठका मारायचो. खारीक-बदाम खाऊन एका टायमाला दोन लिटर दूध प्यायचो. ही अशी माझ्या दोन्ही दंडावर बेडकुळी उठायची. ज्याचा मी हाफ मर्डर केली होती.

त्याला मी उचलून खांद्यावर घेतला आणि फर्लांगभर चालत जाऊन मी त्याला समुद्रात फेकून दिला. सुमडीत कोमडी. मायला मुंबईचं पोलीस त्ये सुतावरून स्वर्ग गाठणारे. तपास करीत करीत माझ्या घरला येऊन थडकले. मायला मी त्यांच्या त्यास्नी मी असा हाग्यादम भरला की, ते पुन्नींदा माझ्या घरला आले न्हाईत. या तुमच्या गावातील खोत गरीब कुळवाड्यांस्नी लई रुबाब दावतात. पर माझ्या वाटलं ते कंधी जात न्हाईत. माझा हिसका त्यास्नी चांगलं ठाव हाय. खोती नष्ट झाली तरी त्यांचा गावात रुबाब केवढा. सुंभ जळ्ळा पण त्याचा अजून पीळ गेला न्हाय बगा. आता त्यास्नी कुणी बी हिंग लावून इचारत न्हाईत.''

शासनानं दिनांक १ एप्रिल १९५७ रोजी राज्यात कूळ कायदा लागू करून खोती नष्ट केली होती. परंतु पिढ्यान्‌पिढ्या ज्यांनी खोती भोगली त्यांच्या वागण्यातील ताठा मात्र कायम होता. कुळ कायदा लागू होण्या आधी गावात खोतांनी त्यांच्यावर अन्याय, अत्याचार केला होता. धाकदपटशा दाखवू महिलांचे लैंगिक शोषण केलं होतं. कुळांच्या जिवावर पिढ्यान पिढ्या त्यांनी ऐश्वर्य भोगलं होतं. ते अजूनही स्वत:ला खोत समजून गावात वागत असत. कायदा लागू होऊनसुद्धा त्यांची मानसिकता बदलली नव्हती. रमेशला त्या गोष्टीची मनामध्ये चीड होती. त्यामुळे तो गावातील खोतांना त्यांच्या पश्चात अर्वाच्च शिव्या घालायचा.

थोड्या वेळानं मला बसचा आवाज ऐकू आला. मी जवळ असलेल्या थांब्याजवळ माझी बॅग हातात घेऊन उभा राहिलो. बस जवळ आल्यावर रमेशनं मला हात हलवून निरोप दिला.

गावात कुणावर प्रसंग आला, तर रमेश नुसतं डोळ्यांनी गंमत बघत बसायचा नाही. तो मदत करण्यासाठी तीरासारखा धावत सुटायचा. एखाद्या इसमाला गावानं वाळीत टाकलेला असे. त्याच्यावर कसला प्रसंग गुदरला, तर रमेश मागचा-पुढचा विचार न करता त्या इसमाला आपणहून मदत करीत असे. रमेश कुणाच्या दडपणाला कधी मुळीच भीक घालीत नसे. अशा कठीण प्रसंगी त्याच्या अंगात सहस्त्र हत्तीचं बळ आल्यागत तो तेव्हा वागायचा.

पोस्टात अफरातफर केल्यामुळे प्रशांत पेंडसे याची नोकरी गेली होती. त्याचा त्याच्या मनावरसुद्धा परिणाम झाला होता. मानसिक संतुलन बिघडल्यामुळे प्रशांत गावात वेड्यागत भटकायचा. त्याचं आई-वडिलांचं छत्र हरविल्यामुळे वाडीत कुणी त्याला जवळ करीत नसत. दुपार झाली की, प्रशांत रमेशच्या घरासमोर तोंड वासून उभा रहायचा. त्याला पाहून रमेश त्याला प्रेमानं घरात बोलवायचा. केळीच्या पानावर त्याला डाळ-भात जेवू घालायचा. पानावरील अन्न प्रशांत अधाशासारखं खाऊ

लागल्यावर रमेश त्याला म्हणायचा, ‘‘प्रशांत, सावकाश खा, आता तुला काय कोणत्या कामावर जायाचं न्हाय.’’

त्याचं बोलणं ऐकून प्रशांत जेवत असताना एकदाच त्याच्याकडे मान वर करून पाहायचा. मग पुन्हा खाली मान घालून तोंडात घास कोंबायचा. प्रशांत जेवून उठल्यावर रमेश त्याला म्हणायचा, ‘‘बाबा, तुझी नोकरी गेली नसती बग. त्या धनंजय खोतानं तुझ्या विरुद्ध तालुक्याच्या पोस्ट मास्तरकडे लेखी तक्रार केली होती म्हणून तुझी नोकरी गेली. त्याला तू असा सोडू नकोस. त्याची तू चांगली जिरव, त्याला चांगली जन्माची अद्दल घडली पाहिजे, आता तुझं जेवून पोट भरलं असलं, तर पिंपळाच्या पारावर उभा राहून त्याला तू मोठ्या आवाजात शिव्या घाल. मी असं तुला सांगितलं म्हणून माझं नाव तू कुणालाही सांगू नकोस. रात्री मी तुला आणखी जेवायला देईन. कळलं?’’

प्रशांत मान हलवून ‘हो’ म्हणायचा आणि तो त्याच्या घरातून बाहेर पडायचा. एकदा शांता तिच्या नवऱ्याला झापत म्हणाली,

‘‘अवं, असं तुमी त्याला सांगू नका. कुणाला समजलं तर.’’

‘‘शांता, मी त्याला शिव्या घायला सांगतो या गोष्टीला काय पुरावा हाय?’’

‘‘भांडणाऱ्याला पुरावा लागत न्हाय. आपल्याला कुणाची कंदाल नकोय. नाहीतर मी प्रशांतला पुन्हा माझ्या घरात थारा देणार न्हाय. तुमास्नी मी एकदाच सांगून ठेवत्ये.

‘‘शांता, ह्या खोतांनी गावातील गरीब लोकांना पूर्वी खूप छळलंय. म्हून मला त्यांचा राग येतो.’’

‘‘मला त्ये समदं ठाव हाय. पर आता त्यो राग काढून त्याचा काय फायदा.’’

‘‘मग मी काय चुकीचं वागलू?’’

‘‘तुमी चुकीचं वागलाव म्हून मी असं म्हणणार न्हाय. जो करेल तो भोगेल. त्याचा मान्सानं आपल्या जिवाला का तरास करून घ्यायचा?’’

‘‘शांता, तुझं म्हणणं खरं हाय. मी आजपासून प्रशांतला त्या धनंजय खोताला शिव्या दे म्हणून सांगणार न्हाय.’’

‘‘धनी, तुमी कधीकधी लई शहाण्या मान्सागत बोलताव बगा. म्हून मला तुमचा राग आला तरी तो माझ्या मनात राहत नाही.’’

रमेश त्याच्या बायकोकडे विस्फारलेल्या डोळ्यांनी पाहात होता, तेव्हा ती त्याला खूप समजूतदार आहे, असं वाटू लागलं. तिच्यावर असलेला त्याचा राग पाऱ्याप्रमाणे उडून गेला.

■■■

१२

शंकर घाग

शंकर घाग याला त्याच्या गावात बेरका माणूस म्हणून लोक ओळखत होते. रंग ठार काळा. काळे, जाड ओठ. मधला दात पडला होता, एक दात किंचित पुढे आला होता. डोक्यावरील काळ्या केसांना तो रोज भरपूर तेल लावून मधोमध भांग पाडायचा, वाऱ्यानं केस विस्कटले, की त्याच्या डोक्यावर ते गवत उगवल्याप्रमाणे दिसायचे, त्याच्या घशातून चिरका आणि बायकी आवाज निघायचा, झाडावरील चिमण्या फांदीवर बसून जसं चिवचिव करतात, तसं तो बोलायचा. त्याचं बोलणं ऐकून अनोळखी माणसाला प्रथम त्याचं हसू यायचं.

शंकर घाग यांच्या हातात नेहमी कागदांनी भरलेली जाडजूड चामड्याची बॅग असायची. त्या बॅगेत ७/१२, ८ अ, फेरफार आणि खरेदी खताच्या नक्कला असत. कुणीतरी त्याला भेट म्हणून दिलेली चालू वर्षाची डायरी असे. त्या डायरीत जमीन खरेदी करणारे व देणारे यांचे पत्ते तो बयजवार लिहून ठेवायचा. पैशाच्या नोंदी करून ठेवायचा. एखाद्या बड्या सरकारी अधिकाऱ्याप्रमाणे तो छाती पुढे काढून चालायचा. त्याच्या ठेंगण्या, किडमिडीत देहाला ते मुळीच शोभून दिसायचं नाही.

थोर मराठी नाटककार आणि साहित्यिक वि. वा. शिरवाडकर ऊर्फ तात्यासाहेब यांच्या गाजलेल्या 'नट सम्राट' या नाटकात ज्याप्रमाणे नटश्रेष्ठ गणपतराव बेलवलकर 'घर देता का घर' म्हणून आर्त स्वरात विचारत असत, त्याप्रमाणे शंकर घाग हातात

काळी चामड्याची बॅग धरून लोकांना बायकी आवाजात 'घर घेता का घर, जमीन घेता का जमीन' असं विचारायचा. तो जमिनीचा दलाल आहे, असं आता लोकांना मुळीच सांगावं लागत नव्हतं. परंतु त्याच्या बोलण्यावरून त्याच्या दिसण्यावरून कुणावर त्याची मुळीच छाप पडायची नाही.

त्याचं गाव तालुक्यापासून अवघ्या दहा किलोमीटर्स अंतरावर होतं. शंकर घाग याच्या गावी माझी तलाठी म्हणून बदली झाली, तेव्हा तो त्या गावात ग्रामपंचायतीमध्ये शिपाई म्हणून काम करीत होता. लोकांकडून घरपट्टीची रक्कम वसूल करायचा नि

ते पैसे स्वत:साठी वापरायचा. त्यामुळे त्याला ग्रामसेवकाची बोलणी खावी लागत होती. ग्रामपंचायत त्याला महिन्याला तुटपुंजा पगार देत असे. त्या कमी पगारात त्याचं अजिबात भागायचं नाही. त्यामुळे ग्रामपंचायतीच्या कमी पगाराच्या नोकरीत त्याचं अजिबात लक्ष लागत नसे. नशीब बदलण्यासाठी त्याने अनेक प्रयत्न करून पाहिले, परंतु त्यात त्याला अजिबात यश आलं नाही. लखपती होण्यासाठी एकदा शंकरनं लॉटरीचं तिकीटसुद्धा काढलं होतं. नशिबानं त्याला पुन्हा दगा दिला होता. श्रीमंत होण्यासाठी त्याला रात्री स्वप्नंसुद्धा पडायची. त्याचं नशीब त्याच्यावर रुसलं होतं. त्यामुळे त्याला पडलेली स्वप्नं मृगजळ ठरायची.

एकदा तर शंकर ग्रामपंचायत कार्यालयाकडे सलग चार-पाच दिवस फिरकला नाही. सहाव्या दिवशी मात्र तो अचानक ध्यानीमनी नसताना ग्रामपंचायत कार्यालयात उगवला. त्याला डोळ्यांसमोर पाहून दळवी ग्रामसेवकाची तळपायाची आग पार मस्तकाला जाऊन भिडली. दळवी ग्रामसेवक करड्या आवाजात, त्याला जाब विचारीत म्हणाले,

"शंकर, तू ग्रामपंचायत कार्यालयात का आलास?"

"येऊ नये का?" शंकरनं भुवया ताणून विचारलं.

"चार-पाच दिवस तू इकडे अजिबात तोंड दाखविलं नाहीस, ही काय तुझ्या कामाची पद्धत झाली का?"

"भाऊ, माझी भाताची मळणी काढायची होती म्हणून मला कामावर येता आलं नाही."

"तुझी मळणी काढायची होती, तर आधी तू माझ्या कानावर तसं घालायचं होतंस. ग्रामपंचायत कार्यालय म्हणजे तुला काय खोजाचं दुकान वाटलं की काय? तुला ही नोकरी करायला जमत नसेल, तर सोडून दे. तुझ्या जागेवर दुसरा एखादा गरीब माणूस पोट भरेल. तुझी या ग्रामपंचायतीला अजिबात गरज नाही, कळलं?"

दळवी ग्रामसेवक शंकरला फाडफाड बोलत असताना ग्रामपंचायत कार्यालयात गावातील काही लोक हजर होते. लोकांच्या समोर शंकरचा अपमान झाला होता. त्याला त्याचा भयंकर राग आला होता. रागानं त्याचे हातपाय थरथर कापू लागले. आणि डोळ्यांत आगीचा वणवा पेटला होता. तोंडातील थुंकी उडवीत तो चिरक्या आवाजात दळवी ग्रामसेवकाला म्हणाला,

"भाऊ, असल्या नोक्रीवं मी थुंकतो. हा शंकर घाग कंधी उपाशी मरणार न्हाय. समजलं? ज्यानं चोच दिली हाय त्यानं माझ्या दाण्या-पाण्याची सुदीक सोय करून ठेवली असंल. चार लोकांत तुमी माझा अपमान केलंत ते तुमाला शोभलं न्हाय."

शंकर घाग थोडा वेळ बोलायचा थांबला. त्यानं मोकळी हवा छातीत भरून घेतली आणि त्यानं दळवी ग्रामसेवकावर पुन्हा तोफ डागायला सुरुवात केली,

"तुमी कंधी मला महिन्याच्या महिन्याला पगार दिलाव न्हाय, कधी माझ्याबरूबर घरपट्टी वसुली करायला फिरलाव न्हाय, माझ्या घरात माझी लगनाची बायकू, तीन मुली नि गोठ्यात गुरं हाईत, याचा सुदीक तुमी कधी इचार केलाव न्हाय. आता मी गप्प बसणार न्हाय. ग्रामसभा लागंल तवा मीच गावाला इचारणार हाय. हा शंकर घाग लई पोहोचलेला माणूस हाय, येवंड तुमी ध्यानात ठेवा म्हंजी झालं."

शंकरचं तावातावाचं बोलणं ऐकून दळवी ग्रामसेवकाची बोलती अक्षरश: बंद झाली होती. 'हा एवढा कसा बोलतो' म्हणून ते त्याच्या तोंडाकडे विस्फारित डोळ्यांनी पाहू लागले. हा शंकर घाग नक्की आपल्याला कोठेतरी गोत्यात आणेल. आपल्या नोकरीची आता फक्त पाचच वर्षं शिल्लक आहेत. असे एक ना अनेक प्रश्न ग्रामसेवकाच्या डोक्यात थैमान घालू लागले. त्यांना शंकरला चार-चौघांत बोलल्याबद्दल पश्चातापसुद्धा होऊ लागला. नंतर ग्रामसेवक नमतं घेत याला नरमाईनं म्हणाले,

"शंकर, मी तुला तुझ्या भल्यासाठीच बोललो. त्याचा तू मनात राग धरू नकोस. तुझी मळणी आहे, म्हणून मला अजिबात ठाऊक नव्हतं."

ग्रामसेवकानं नमतं घेतल्यामुळे शंकरनं सुद्धा पुढे अधिक ताणून धरलं नाही. तो त्यांना खालच्या आवाजात म्हणाला,

"भाऊ, मी आज खरं त्येच सांगतू. माझा वाडवडिलांचा धंदा म्हणजे परटाचा. जमाना बदलला, लोकसुद्धा बदलले. आज गावात अशी विचित्र परिस्थिती हाय, की कापडं फिरून गोळा करावी लागतात. पहिले लोक धुण्यासाठी कपडे, चादरी स्वत: आमच्याकडे आणून देत. गावात लाईट आणि लाईटीवर चालणाऱ्या ईस्त्री सुदीक आलीय. तसं आमचा परटाचा धंदा शाफ बुडाला. न्हायतर मी, माझी बायको, मुलं जगविण्यासाठी पंचायतीच्या नोक्रीपरास माझा परटाचा धंदा करून चार पैसे मिळविले असते बगा."

ग्रामसेवक दळवी आणि शिपाई शंकर घाग या दोघामध्ये तात्पुरती दिल-जमाई झाली. त्यामुळे मघापासून गढूळ झालेलं वातावरण निवळलं. थोड्या वेळाने ग्रामसेवक दळवी त्याला म्हणाले,

"घाग, तू बळीराम सावंत याच्याकडून घरपट्टीची रुपये ४००/- वसूल करून माझ्याकडे दिली नाहीस. त्यामुळे मला त्याची घरपट्टीची पावती फाडता येत नाही."

"भाऊ, ते पैसे मी मुलगी आजारी होती म्हणून तिच्या दवाखान्यासाठी खर्च केले आहेत. तुमी माझ्या पगारातून ते पैसं कापून घ्या."

“यापुढे, तू मला सांगितल्याशिवाय घरपट्टीच्या पैशाला हात लावू नकोस.”

“यापुढे मी घरपट्टी वसूल करणार नाही.”

“दप्तरी कामात वसुलीला मला फिरायला वेळ मिळत नाही. वसूल झालेली रक्कम तू रोजच्या रोज माझ्याकडे आणून द्यायचंस, कळलं.”

“नळपट्टीची वसुली लोक देत न्हाईत.”

“का?” ग्रामसेवकानं त्याला आश्चर्यानं विचारलं.

“लोकं म्हंत्यात की, पंचायतीच्या नळाला पाणी येत न्हाय म्हणून.”

“पुढच्या आठवड्यात सरपंच, ग्रामपंचायत सदस्य यांना सोबत घेऊन नळपट्टीच्या वसुलीसाठी मी गावात वाडीवाडीत फिरणार आहे. पाणीपट्टीची वसुली झाली नाही, तर आपल्याला लाईटीचं बिलसुद्धा भरता येणार नाही. वीज महामंडळाच्या कर्मचाऱ्यानं लाईटीचं कनेक्शन तोडलं, तर लोक आपल्याच नावानं शिमगा करतील. ढोलकीला दोन्ही बाजूंनी मार बसतो, तशी गत आपली आहे.” ग्रामसेवक निराश होऊन म्हणाले.

पगार कमी आणि तो सुद्धा वेळेवर मिळत नसल्यामुळे शंकरचं मन ग्रामपंचायतीच्या नोकरीमध्ये अजिबात रमत नव्हतं. जीवनात काहीतरी करून दाखवावं म्हणून तो त्याच्या मनात अस्वस्थ होता आणि वेड्यासारखा सोनेरी संधीची वाट पाहू लागला. ‘एक दिवस असा येईल की, त्या दिवशी मी खरोखर मालामाल झालो असेल.’ असं तो स्वत:शीच म्हणायचा. एक दिवस त्यानं धाडस करून त्याच्या ग्रामपंचायतीच्या नोकरीचा राजीनामा दिला आणि तो थोडे दिवस त्याच्या घरात स्वस्थ बसून राहिला. नोकरीचा राजीनामा दिला म्हणून गावातील लोकांनी त्याला अगदी वेड्यात काढलं. त्याच्या बायकोलासुद्धा त्याचा राग आला होता. ती त्याला फणकाऱ्यानं म्हणाली,

“आता मी ह्यो परपंचा कसा करू? दोन पैसं दर न्हैन्याला मिळायचे. ते सुदीक बंद झालं. मी म्हणत्ये तुमाला ही अवदसा कशी आठवली? माझचं मेलीचं नशिब फुटकं. वस्साड पडली. तुमाला बोलून सुदीक त्याचा काय उपेग?”

शंकर त्याच्या बायकोची समजूत काढीत म्हणाला,

“नरी, जो पावोत तुझा ह्यो नवरा जित्ता हाय, तोपावोत तुला घाबरण्याचं काही एक कारण न्हाय बग. तुला आणि माझ्या तीन लेकींना मी कधीच उपाशी ठेवणार न्हाय. तू जवा उपाशी पडशील तवा तू मला बोल.”

नरीचा तिच्या नवऱ्यावर विश्वास होता. आपला नवरा जसं बोलेल तसं तो करूनसुद्धा दाखवेल असं तिला मनात वाटू लागलं. ती त्याला पुढे एका शब्दानं बोलली नाही.

जे होतं ते चांगल्यासाठीच. शंकर आता लाकडाचा व्यवसाय करू लागला होता. पायाला चाक बांधून तो जंगलात फिरायचा. फणस, साग, ऐन, किंजळ इत्यादी जातीची झाडं तो विकत घ्यायचा नि ती झाडं ती दामदुप्पट भावानं लोकांना विकायचा. खिशात पैसे नसतील, तेव्हा तो शेतकऱ्याकडून उधारीनं लाकडं विकत घेत असे. करीम ठाकूर हा त्याच्या धंद्यातील भागीदार होता. काही दिवस त्यांनी गुण्या-गोविंदानं लाकडाचा चांगला धंदा केला. पुढे त्या दोघांमध्ये आर्थिक व्यवहारामुळे कमालीचं वितुष्ट आलं, धंद्यात नुकसान होऊ लागलं. शंकरनं नाइलाजानं तो व्यवसाय बंद केला. पावसाळ्यात शंकरनं भात लावणीच्या वेळी हातात नांगरसुद्धा धरला. परंतु त्याच्या हडकुळ्या शरीराला ते कष्टाचं काम झेपलं नाही. चिखलात जसा नांगर फिरायचा, तसं त्याच्या डोक्यात विचारचक्र फिरत होतं.

ईश्वर जणू शंकरची सत्त्वपरीक्षा घेत होता. त्याच्यावर त्याचं नशीब रुसल्यामुळे एकसारखी त्याच्यावर संकटं कोसळत होती. भाजावळ करण्यासाठी झाडाखाली पडलेला पातेरा गोळा करताना नरीला विंचू चावल्याचं निमित्त झालं आणि ती शंकरला सोडून देवाघरी निघून गेली. विंचवाचे ते विणीचे दिवस असल्याने त्या दिवसात विंचवाना भारी विष असतं. शंकरची बायको त्याला सोडून गेल्यामुळे त्याची मुलं उघड्यावर पडली. तो मानसिक धक्का सहन न झाल्यामुळे शंकर थोडे दिवस भ्रमिष्टासारखा वागत होता. थोड्या दिवसानं त्यानं महत प्रयासानं स्वत:ला सावरलं. त्याच्या मोठ्या मुलीचं नाव जाई असं होतं. जाई आता उपवर झाली होती.

शंकरचा आता दिनक्रम पार बदलला होता. आता तो गावात कमी वेळ दिसत होता. सकाळी घरात अंघोळ करून घर सोडायचा तो रात्री उशिरा घरी परतायचा. तो दिवसा कोठे जातो, काय काम करतो याबद्दल गावात कुणाला काहीही ठाऊक नव्हतं. त्याची बायको नरी गेल्यापासून त्यानं त्याच्या शेतात पाऊल टाकलं नव्हतं. गावातील जर्नादन कदम याला त्यानं मक्त्यानं शेती करायला दिली होती.

माझ्या ध्यानीमनी नसताना एकदा, त्याची आणि माझी रस्त्यातच गाठ पडली. स्वारी धादंलीत कोठे तरी निघाली होती. त्याला अडवीत मी त्याची चौकशी करीत म्हणालो,

"शंकर, तुझा पत्ता काय? हल्ली तू मला पूर्वीसारखा भेटत नाहीस."

"भाऊ, मला कचेरीत शिपाई म्हणून नोक्री मिळालीय."

तो मला माहिती देत म्हणाला.

मी त्याच्याकडे आश्चर्यानं आणि अविश्वासानं पाहू लागलो. इतक्या सहज त्याला कचेरीत शिपाई म्हणून नोकरी मिळणं शक्य नव्हतं आणि तेही त्यानं वयाची

चाळिशी पार केल्यानंतर. हे काय गौडबंगाल आहे म्हणून मी संभ्रमात पडलो. इतक्यात एसटीचा आवाज त्याच्या कानावर पडला. शंकरनं घाईत माझा निरोप घेतला. लांब लांब ढांगा टाकीत तो एसटीचा थांबा जवळ करू लागला. त्याचं चालणं कोंबडीच्या चालण्यासारखं होतं.

शंकरचा स्वभाव मृदू होता, त्याच्या वागण्यात नम्रता होती. तो चिरक्या आवाजात एखाद्याशी बोलू लागला, तर नुसतं साखर पेरीत जायचा. ऐकणाऱ्याच्या कानाला त्याचे शब्द गोड वाटायचे. त्याच्या मृदू आणि नम्र बोलण्यामुळे त्याला अनेक वेळा फायदा व्हायचा. त्यानं मला कचेरीत शिपाई म्हणून नोकरी मिळाल्याचं सांगितलं होतं. नंतर मला त्याचा उलगडा झाला होता. तहसील कचेरी, पंचायत समिती, रजिस्ट्रार कार्यालय, तालुका ट्रेझरी कार्यालय येथील अधिकाऱ्यांच्या बरोबर गोड-गोड बोलून त्याने त्यांच्याशी दोस्ती केली होती. कुणाला मधुमेह असेल, तर तो त्याला नाचणीचे दाणे भाकरीसाठी नेऊन द्यायचा. कुणाला वरी, गावठी तांदूळ, तर कुणाला आंबे, फणस, काजूच्या बिया नेऊन द्यायचा. त्याच्या या वागण्याने त्याची त्या अधिकाऱ्यांशी घट्ट मैत्री झाली. शंकर त्यांना दोन दिवस कुठं दिसला नाही की, ते लगेच 'शंकर कोठे आहे?' म्हणून त्याची चौकशी करीत. कुणाला नदीतील खेकडे हवे असतील तरी शंकर त्यांचं ते काम अगदी आनंदानं करायचा. ते लोक त्याला आपणहून त्याचे पैसे देत असत.

शंकरला दारू पिण्याचं व्यसन अजिबात नव्हतं. परंतु त्याला तंबाखू खाण्याचं व्यसन होतं. त्याच्या पँटीच्या खिशात तंबाखूची आणि चुण्याची डबी असायची. तलफ आली की, तो तळहातावर तंबाखू मळून फक्कन तोंडात टाकायचा.

१ तारखेला माझी तहसील कार्यालयात मीटिंग होती म्हणून मी तालुक्याला गेलो होतो. शंकर मला तहसील कार्यालयाच्या फाटकाजवळ उभा असलेला दुरून दिसला. त्याच्या उजव्या हातात जळकी सिगारेट होती आणि त्याच्या तोंडात मसाला पान होतं. त्याची ती ऐट पाहून मला आश्चर्याचा धक्का बसला. मी त्याच्या जवळ जाऊन त्याच्याकडे अनिमिष डोळ्यांनी पाहात राहिलो. मला समोर उभा असलेला पाहून शंकरनं हातातील जळकी सिगारेट वाहत्या गटारात टाकली. तोंडातील पानाची पिचकारी जमिनीवर टाकून तो मला बायकी आवाजात म्हणाला,

"नमस्कार भाऊ."

"कसा आहेस तू?"

"भाऊ, कालकाईदेवीच्या किरपेनं समदं ब्बेस हाय बगा. गेल्या महिन्यात माझ्या थोरल्या लेकीचं मी लगीन केलं. जावयाला दोन तोळ्याची अंगठी, टिवी

दिला. माझा जावई भला माणूस हाय.''

"बरं झालं. तुझी काळजी मिटली. तुझा धंदा कसा चाललाय?'' मी त्याला हसत-हसत म्हणालो.

"भाऊ, आधी आपुन च्या घेऊ.'' शंकर मला आग्रह करीत म्हणाला.

मी शंकरच्या सोबत चहा घेण्यासाठी समोरच्या 'कॅफे वृंदावन' या हॉटेलात गेलो. वेटरनं आमच्या समोर पाण्याचे भरलेले ग्लास आणून ठेवले. शंकरनं वेटरला दोन चहा आणायला सांगितलं. मी निवांत बसलेला पाहून शंकर मला त्याची माहिती सांगत म्हणाला,

"भाऊ, आता माझा धंदा अगदी चांगला चालला आहे. मी आता जमिनींच्या दलालीचं काम करतु. यात मला दोन पैसे मिळतात. पंचायतीची नोक्री सोडली म्हणून फार बरं झालं. न्हायतर माझी जिंदगी खराब झाली असती. मी काहीही प्रगती करू शकलो नसतो. गावातील लोक मला मूर्खात काढीत म्हणाले होते, 'शंकर, तुला अर्धी भाकरी मिळत्ये ते तू सुखानं बसून खा. पंचायतीची नोक्री सोडू नकुस.' तवा मी लोकांचं काहीही ऐकलं न्हाय म्हणून बरं झालं.''

"शंकर, जमिनीच्या दलालीत तुला खूप पैसे मिळत असेल ना?'' मी त्याला सहज विचारलं.

"मिळतो बी. कंधी कंधी न्हाय बी मिळत.''

"मला काय समजलं नाही.'' मी त्याच्याकडे प्रश्नार्थक चेहऱ्यानं पाहू लागलो.

शंकर घसा खाकरून पुढे म्हणाला,

"भाऊ, त्याचं असं हाय की हे कलियुग हाय. हल्लीची मान्सं बगा लई लबाड, सकाळपासून संध्याकाळपर्यंत माझी पायपीट सुरू असत्ये. पायपीट करून मी जमिनीचा व्यवहार जुळवतो. साहेबांच्या वळकीनं लगेच खरेदी खत सुदीक करून देतो. पर काम झालं की लोक त्याची वळख ठेवीत न्हाईत. मी माझी दलाली मागितली की फकस्त 'देतु' असं म्हणतात नि शेवटी फसवतात. दहा मधील फकस्त एक तेवडा ईमानी निगतो. तो लगेच ठरलेली दलाली हातावर ठेवतो.''

"शंकर, या तालुक्यात जेवढी तालुक्याच्या तहसीलदाराची वट नाही, तेवढी आज तुझी आहे. मुंबई-पुण्याच्या पार्ट्या तुला शोधत येतात, असं मी माझ्या कानानं ऐकून आहे.'' मी त्याला हरभऱ्याच्या झाडावर चढवीत म्हणालो.

माझं बोलणं ऐकून शंकरला खूप बरं वाटलं तो त्याच्या मनामध्ये खुलला. त्याचा राकट चेहरा क्षणात आनंदानं उजळून गेला. जणू त्याच्या नावानं लॉटरी फुटली होती. माझ्याकडे पाहात तो गालात हसत मला म्हणाला.

"भाऊ, तुमचं म्हणणं अगदी खरं हाय. मोठ-मोठ्या पार्ट्या आपणहून मला शोधत येतात. सगळेच व्यवार जमतात असं न्हाय, काही फिस्कटतात सुदीक."

"बरं, आता तू मला सांग की, आतापर्यंत तू तालुक्यात कुणाकुणाला जमिनी घेऊन दिल्या आहेत?

माझा प्रश्न ऐकून शंकर थोडा वेळ मनात त्यांची नावे आठवू लागला. नंतर दीर्घ नि:श्वास सोडून तो मला म्हणाला,

"भाऊ, पेट्रोल पंपासाठी बुटाला शेट यांना मी पाच एकर जागा घेऊन दिली, पाटणे शेटना संकुलासाठनं दोन एकर जागा घेऊन दिली, अशी या तालुक्यात म्वॉप जणं हाईत. तुमाला सांगून सुदीक खरं वाटणार न्हाय. पर मी लाखा-लाखाच्या व्यवार करतु. चिल्लर कामाला आपुण कधी हात लावत न्हाय."

शंकर बढाया मारण्यात वस्ताद होता, हे मला आधीपासून ठाऊक होतं. कधी कधी त्याच्याकडे संध्याकाळी घरी जाण्यासाठी एसटीचं तिकीट काढायला सुद्धा पैसे नसत. मग तो एखाद्या ओळखीच्या इसमाला गाठून त्याच्याकडून उसने पैसे घ्यायचा. लोक त्याच्याकडून काम करून घेत नि नंतर त्याला वाटाण्याच्या अक्षता लावीत. शंकर भिडस्त स्वभावाचा असल्यानं त्याला कुणाला तोडून बोलायला मुळीच जमायचं नाही. त्याच्या या स्वभावामुळे त्याला त्याच्या धंद्यात फार कमी पैसे मिळायचे. लोकांनी त्याला ठरल्याप्रमाणे पैसे दिले असते, तर तो अक्षरश: पैशाच्या राशीवर लोळला असता. परंतु ते त्याच्या दैवात नव्हतं.

चहा घेऊन आम्ही दोघं बाहेर पडलो. बडीशेपचे दाणे चघळीत तो मला म्हणाला,

"भाऊ, औंदा मी जांभ्या दगडाचं नवीन घर बांधायला घेतलंय. घराची वास्तुशांती मी येत्या अक्षय तृतीयेला करणार हाय. तुमी माझ्या नवीन घराच्या वास्तुशांतीला यायला पाहिजे. मी तुमाला आमंत्रण द्यायला तुमच्या घरी येणार हाय."

"मी नक्की येईन." मी खूश होऊन म्हणालो.

मी त्याचा निरोप घेऊन तहसील कार्यालयाच्या दिशेनं चालू लागलो. शंकर त्याच्या कामाला निघून गेला.

अक्षय तृतीयेच्या शुभ मुहूर्तावर शंकरच्या नवीन घराच्या वास्तुशांतीचा कार्यक्रम अगदी दणक्यात पार पडला. तालुक्याच्या तहसीलदारापासून ते शिपायापर्यंत सगळे लोक झाडून आले होते. लाडू-जिलेबीच्या जेवणाच्या पंगती उठल्या, मानपान झालं. लोक त्याचं कौतुक करीतच आपापल्या घरी परतले. आता शंकर त्याच्या नशिबावर जाम खूश होता.

मधे एक दीड महिन्याचा कालावधी निघून गेला. शंकरची आणि माझी गाठभेट झाली नाही. पावसाळा सुरू झाला होता. एके दिवशी चिपळूणला जाण्यासाठी खेडच्या बसस्थानकात गाडीची वाट पाहात मी थांबलो असताना तो अवचितपणे शंकर माझ्यासमोर येऊन उभा राहिला. मी गालात हसत त्याला विचारलं, ''शंकर, कसा आहेस तू?''

''अगदी मजेत.''

''तुझ्या दोन मुलींची लग्नं झाली?'' मी त्याच्या मुलींची चौकशी करीत त्याला विचारलं.

''औंदा, मी माझ्या दोनीं मुलींची लगनं करणार हाय.''

''मुलींची लग्नं झाल्यावर तुझी काळजी मिटली.'' मी. शंकर थोडा वेळ गर्दीकडे पाहात शांत बसला. आजूबाजूला गाड्यांचा, माणसांचा गोंगाट सुरू होता. थोड्या वेळानं शंकर मला आश्चर्याचा धक्का देत म्हणाला,

''भाऊ, मी सुदीक औंदा लगीन करायचं ठरवलंय.''

''काय म्हणत्योस?'' मी तोंडाचा 'आ' वासला होता. ''खरंच, मी लगीन करणार हाय. माझ्या मुलींची लगनं झाल्यावं माझ्या जेवणाचं वांदं होणार हाय.'' शेतीची बी कामं होणार न्हाईत, माझी गुरं हाईत. त्यांना पाणी कोण दावणार? बायकुबिगार घरात लक्ष्मी कशी यील? म्हातारपणी कमी ताकत झाली, तर त्याला कुणाच्या तरी आधाराची गरज लागते.''

''शंकर, तुझं म्हणणं बरोबर आहे.''

''भाऊ, मी लगीन केल्यावं हाफिसातील एक बाई माझ्यावर नाराज होणार हाय.''

''कोण. आहे ती बाई.''

''हरवंदेबाई. तिला माझ्याशी लगीन करायचंय.''

हरवंदेबाई तहसील कार्यालयात शिपाई म्हणून काम करीत होती. शंकर तिच्याशी गप्पा मारताना मला दिसायचा.

शंकरचं बोलणं ऐकून मी ताडकन उडालोच. तो असं काही माझ्याशी बोलेल, असं मला सुरुवातीला मुळीच वाटलं नव्हतं. त्याच्या कुरूप चेहऱ्याकडे पाहून मी मनात म्हणालो की, 'कुठे राजा भोज आणि कुठे गंगू तेली.' त्यानं मला आघाडीची एखादी हिंदी सिनेमातील नटी माझ्यावर मरते आहे, असं जरी सांगितलं असतं, तरी ते मला निमूटपणे ऐकावं लागलं असतं. माझी गाडी लागली होती. मी त्याचा निरोप घेऊन गाडीत चढलो. शंकरचं मनावरचं गारूड काही केल्या जात नव्हतं.

■■■

१३

कान्हेरे काका

मी माझं आयुष्य जगताना मला काही चांगली माणसंसुद्धा भेटली. त्या सरळमार्गी, सज्जन लोकांमध्ये मला कान्हेरे काकांचा आवर्जून समावेश करावा लागेल. कान्हेरे काकांच्या सहवासात जो माणूस येईल, तो त्यांना विसरणं कठीण. त्यांचे आणि माझे ऋणानुबंध नंतर जुळून येतील, असं मला सुरुवातीला अजिबात वाटलं नव्हतं.

काकांची साठी उलटून गेली होती. त्यांच्या अंगावर चट्ट्यापट्ट्याचा नाडीचा लेंगा आणि खादीचा सदरा असायचा, त्यांच्या डोक्यावरील केस विरळ होते, सकाळी अंघोळ झाली की, काका केसांना तेल लावून भांग पाडीत, त्यांच्या पायात कॅनव्हासचे बूट असत. एका हातात डोक्यावर छत्री धरून दुसऱ्या हातात मेसाची काठी घेऊन काका रोज नेमानं त्यांच्या काजू-कलमाच्या हिरव्यागार बागेत फेरी मारीत. गावातील लोक त्यांना आदरानं बल्याकाका म्हणून साद घालीत. त्यांच्या आधीची भावंडं जगत नव्हती. काकांचा जन्म झाल्यावर त्यांच्या वडिलांनी ते जगावेत म्हणून त्यांचं 'बळी' असं पाळण्यातील नाव ठेवलं होतं.

काकांच्या मालकीची गावात वडिलोपार्जित पुष्कळ जमीन-जुमला होता. त्यांचे वडील म्हणजे गावातील मोठे खोत. गावात त्यांचा दरारा होता. वर्षानुवर्षं कुळं त्यांच्या नावे असलेल्या जमिनी कसत आणि त्याचा मोबदला म्हणून धान्याच्या

रूपानं त्यांना मक्ता घालीत. खोताचा रुबाब त्यांच्या वडिलांनी गरीब कुळवाड्यांना कधीही दाखविला नाही. त्यांच्यावर बळजोरी, अत्याचार केले नाहीत. जमिनी करणाऱ्या कुळावर त्यांनी माया केली. त्यांच्यावर प्रसंग आला, तर मदत करण्यासाठी धावून जात. कुणाची चूल पेटली नाही की, भाताची कणगी फोडून त्याला दाणं घालीत. कुळांना त्यांना कधीही उपाशी ठेवलं नाही. कुणी आजारी पडलं, तर स्वत: बैलगाडी घेऊन कुलकर्णी डॉक्टरांना बोलावून आणत. गावातील कुळवाडी त्यांच्या

उपकाऱ्याच्या ओझ्याखाली दबून गेली होती. दिनू खोतांना ते 'देवमाणूस' म्हणून ओळखत.

वंशपरंपरेनं माणसाच्या अंगातील काही गुण पुढील पिढ्यामध्ये जात असतात. काकांच्या अंगातसुद्धा त्यांच्या वडिलांचे गुण उतरले होते. काकांनी मराठीतील 'बापापेक्षा बेटा सवाई' ही म्हण अगदी खरी करून दाखविली होती. शासनाच्या सिलींग ॲक्टमुळे काकांच्या मालकीच्या काही जमिनी त्यांच्याकडून गेल्या होत्या. काका तेव्हा मुळीच निराश झाले नाहीत. उलटपक्षी तो कायदा महाराष्ट्र शासनानं राज्यात अमलात आणल्याबद्दल त्यांनी शासनाचे आभार मानले. आपल्या शेतावर राबणाऱ्या कुळांना काकांनी कधीही परकं मानलं नाही. त्यांच्या घरात लग्नकार्य निघालं, तर काका त्यांना आर्थिक मदत करण्यासाठी धावून जात. लग्नकार्याला दिलेला पैसा इतर खोतांच्याप्रमाणे व्याजानं वसूल करीत नसत. गावातील इतर खोत कुळांना आर्थिक व्यवहारात गंडवीत. एका रुपयाला महिन्याला एक आणा व्याज लावीत. ते लबाडी करून कुळाकडून पैसे वसूल करीत. काका त्याला अपवाद होते. कुण्या बाईच्या अंगावर जुनेर दिसलं की, काका त्या बाईला जवळ बोलावून प्रेमानं म्हणत,

"गोदा, तू जरा घरी येऊन जा. तुझ्याकडे माझं काम आहे."

"काका, माझ्याकं काय काम हाय?" गोदा लाजून विचारायची.

"ते तुला माझ्या घरी आल्याशिवाय कळणार नाही."

गोदा लाजत लाजत काकांच्या घरी जायाची. गोदाला गडग्याजवळ आलेली पाहताच काका बसल्या जागेवरूनच त्यांच्या बायकोला हाका मारायला सुरुवात करीत.

"ए सुमन, गोदा आलीय गो. तिला आधी काहीतरी खायला दे. मग तिच्या अंगावर नवीन लुगडं-चोळी घाल."

सुमन काकी त्यांचा आवाज ऐकून स्वयंपाक खोलीतून लगबगीनं बाहेर येत आणि गोदाच्या हाताला धरून त्या तिला आनंदाने स्वयंपाक खोलीत घेऊन जात. काकांच्या आणि सुमन काकींच्या प्रेमाच्या वर्षावानं गोदा अगदी भारावून जाई, तिच्या डोळ्यांत टचकन पाणी येई. ब्राह्मणवाडीत दत्तू खोत, शारंगधर खोत, विष्णू खोत इत्यादी बडी-बडी खोत मंडळी राहत होती. त्यांच्याकडे मजुरीनं कामाला जाताना गावातील लोक काकू करीत. ते त्यांना प्रेमानं वागवीत नसत. उलटपक्षी मनासारखं काम मजुरांनी केलं नाही तर ते त्यांना रांडच्या, भोसडीच्या म्हणत शिव्या घालीत.

बल्याकाकांकडे काम करण्यासाठी त्यांचा फक्त निरोप मिळाल्यावर लोक धावून येत. त्या लोकांना काकांकडे प्रेम, जिव्हाळा आणि पैसासुद्धा मिळायचा. काकांकडे काम करण्यासाठी आलेला गडी कामचुकार, आळशी असेल, तर ते

त्याला सुधारण्यासाठी संधी देत. दारुडा असला, की त्याला ते सांभाळून घेत, त्याला सुधारण्याची संधी देत. दोन-तीन वेळा सांगूनसुद्धा दारुडा सुधारला नाही, तर काकांचा अगदी नाइलाज होई. मग काका त्याच्या कानात जाऊन हळू आवाजात सांगत, 'दगड्या, तू उद्यापासून माझ्या कामावर येऊ नकोस.' काका त्याला पुन्हा कधीच थारा देत नसत.

काकांचं संपूर्ण शिक्षण पुण्यात सदाशिव पेठेत झालं असलं तरी ते रमले कोकणात, त्यांच्या जन्मगावीच. त्यांची कर्मभूमीसुद्धा भगवान परशुरामाची भूमी कोकणच होतं. त्यांना क्रिकेट खेळायला आवडायचं. शालेय शिक्षण घेताना पुण्यात त्यांनी क्रिकेटची हौस पुरेपूर भागवून घेतली होती.

उमेदीच्या काळात कान्हेरे काका महसूल खात्यात कारकून म्हणून नोकरीला लागले होते. ते मुळात बुद्धिमान असल्यानं कष्ट आणि जिद्द या जोरावर ते महसूल खात्यात तहसीलदार या पदापर्यंत जाऊन पोहोचले. महसूल खातं म्हणजे पैशाचं कुरण. परंतु काकांनी त्या खात्यात नि:स्वार्थीपणे गरिबांची कामं करून त्यांनी त्यांचा दुवा घेतला. बेकायदेशीर कामं अक्षरश: उधळून लावली. त्यामुळे त्यांचा तालुक्यात आपोआप दरारा आणि आदर वाढला होता. नंतर त्यांच्या असं सुद्धा लक्षात येऊ लागलं, की या महसूल खात्यात प्रामाणिकपणा, जिद्द आणि कष्ट या गुणावर टिकून राहाता येत नाही. त्याला इतर गोष्टीसुद्धा करायला यायला पाहिजे. नाहीतर तो अधिकारी त्या पदाला मुळीच लायक नाही. तो नालायक ठरतो. काकांना इतर गोष्टी करायला जमत नसे. मुळात तो त्यांचा पिंड नव्हता. याचा परिणाम असा होऊ लागला, की त्यांना नोकरीत त्रास होऊ लागला. त्यांच्या प्रामाणिकपणाला आणि नि:स्वार्थीपणाला त्या खात्यात शून्य किंमत होती. म्हणून काकांनी कंटाळून नोकरीचा राजीनामा लिहून दिला आणि कुणाच्या ध्यानीमनी नसताना ते गावी परतले.

ब्राह्मणवाडीतील लोकांना वाटलं की, काका तहसीलदार या पदावर काम करीत होते. वरकमाईच्या पैशांनी त्यांनी खरेदी केलेलं ट्रकभर सामान ते गावी घेऊन आले असतील. परंतु काकांनी सगळ्यांना आश्चर्याचा धक्का दिला. ते राजीनामा देऊन गावी आलं तेव्हा त्यांच्या हातात फक्त एक पत्र्याची पेटी आणि एक हरणछाप छत्री होती. त्या पत्र्याच्या पेटीत त्यांचे दोन कपड्यांचे जोड होते. नोकरी करीत असताना काकांनी हरामाच्या पैशाला कधीही हात लावला नाही. तो गुण मुळातच त्यांच्या रक्तात नव्हता.

राजीनामा दिल्यानंतर पुढील आयुष्य कसं जगायचं, याची काळजी काकांना मुळीच वाटली नाही. त्याचा त्यांनी आधीच विचार केला होता. कान्हेरे काकांच्या नावे

गावी वडिलोपार्जित पन्नास एकर जमीन होती. त्यातील निम्मी जमीन डोंगर उताराला होती. पश्चिमेला खाऱ्या पाण्याची मोठी खाडी होती. खाडीकडून वाहात येणारे खारे वारे काजू-कलमांना पोषक असतात, हे त्यांना ठाऊक होतं. म्हणून डोंगर उतारावरील जमीन साफ करून त्या ठिकाणी त्यांनी काजू-कलमांच्या बागा फुलविण्याचा निर्णय घेतला. त्याप्रमाणे त्यांनी गावातील चार-पाच गडी मदतीला घेऊन लगेच कामाला सुरुवातसुद्धा केली. सात-आठ वर्षातच त्या झाडांना फळधारणा झाली. काकांच्या काजू-कलमांच्या हिरव्यागार बागा पाहून लोकांनी आश्चर्यानं तोंडात बोटं घातली. हळूहळू ब्राह्मणवाडीतील लोक काकांच्या पावलावर पाऊल ठेवून काजू-कलमांच्या बागा फुलवू लागले. झाडाला मोहोर आल्यावर तो गळू नये म्हणून त्यावर कोणतं औषध फवारायचं इत्यादी माहितीसाठी लोक काकांच्या घरी पायधूळ झाडू लागले. काकांचं घर आता शेतीविषयी सल्ला देण्याचं जणू केंद्र बनलं होतं. घरी सल्ला विचारण्यासाठी आलेल्या लोकांना काकांनी कधीही नाउमेद करून पाठविलं नाही. आलेल्या लोकांना त्यांच्याकडे सल्ल्याबरोबर आलं टाकून गरम-गरम चहासुद्धा मिळायचा.

कष्ट करून काकांनी गावात काजू-कलमांच्या बागा फुलविल्या म्हणून त्यांना भरपूर मान मिळू लागला. शेतकऱ्यांचं त्यांच्याशिवाय पान हलत नव्हतं. त्यामुळे काकांचे गावातील विरोधक अस्वस्थ झाले. मग ते काकांच्या बद्दल गावात कंड्या पिकवू लागले. काकांच्या कानावर ते येत असे. परंतु त्यांनी तिकडे जाणून-बुजून कानाडोळा केला. त्यांनी त्यांचं संपूर्ण लक्ष शेतीच्या कामात घातलं होतं.

काकांच्या जुन्या घराच्या माळ्यावर फळ्या घालायच्या होत्या. गड्यांना सोबत घेऊन काका सकाळीच रानात गेले. काकांनी गड्यांना तोडायचा आंबा दाखविल्यावर गडी हातात धारधार कुऱ्हाडी घेऊन आंब्यावर घाव घालू लागले इतक्यात ब्राह्मणवाडीतल शारंगधर खोत त्या ठिकाणी हजर झाले. तोंडावरचा घाम पुसत शारंगधर खोत काकांना मोठ्या आवाजात म्हणाले,

"काका, हे आंब्याचं झाड माझ्या मालकीचं आहे. तुम्ही तो तोडायचा नाही. माझी हरकत आहे."

"शारंगधर, ही जमीन माझी आहे. त्यामुळे हे आंब्याचं झाडसुद्धा माझ्याच मालकीचं आहे. तू हरकत घेण्याचं प्रश्नच उद्‌भवत नाहीये." काका त्याला समजावून सांगत म्हणाले.

"मी मागे मोजणी केली तेव्हा हे आंब्याचं झाड माझी मालकी असलेल्या जमिनीत दाखवला होता." शारंगधर पुन्हा उसळून म्हणाले.

“मी या जमिनीची फेरमोजणी केली, तेव्हा तू तुझ्या जागेत का बरं हजर राहिला नाहीस?” काकांचा पारा आता चढला होता.

“ते तुम्ही मला काहीही सांगायचं नाही. मी आता तुम्हाला हा आंबा तोडू देणार नाही म्हणजे नाही.”

“शारंगधर, एवढा माज बरा नाही हो. आता तू आमचा वेळ घेऊ नकोस. बाजूला हो आधी. माझ्या गड्यांना काम करू देत.

“काका, महसूल खात्यात तुम्ही नोकरी केली म्हणून सगळे कायदे-कानून तुम्हालाच ठाऊक आहेत का? मलासुद्धा कायदा कळतो हो. रक्ताचा पाट वाहिला तरी मी हा आंबा तुम्हाला मुळीच तोडू देणार नाही.”

दोघांचा वाद विकोपाला पोहोचला होता. कुणीही माघार घेईनात. आंबा तोडायला आलेले गडी हातात परजलेल्या धारधार कुऱ्हाडी घेऊन विस्फारित डोळ्यांनी त्या दोघांचं भांडण पाहत होते. मूर्ख माणसाच्या नादी लागणं शहाणपणाचं नाही, असा विचार करून काका गड्यांना सोबत घेऊन आंबा न तोडताच घरी परतले.

काकांचं आणि शारंगधर खोतांचं रानात भांडण होऊन मध्ये चौदा-पंधरा दिवस गेले होते. एके दिवशी शारंगधर खोत रानात झालेलं भांडण विसरून काखेत पाण्याच्या बाटलीची पिशवी लावून गडग्याजवळचा बेडा काढून काकांच्या भेटीला आले. शारंगधर खोतांना येताना पाहून काकांना आश्चर्य वाटलं. काका मोठ्या मनानं त्यांचं स्वागत करीत हसत हसत म्हणाले.

“शारंगधर, ये रे, बाबा ये.”

काकांच्या समोर रिकाम्या खुर्चीत बसत शारंगधर खोत पंचानं तोंड पुसत म्हणाले, “काका, माझं तुमच्याकडे एक छोटं काम आहे.”

“हरकत नाही. तू बोल.” ओली सुपारी तोंडात टाकीत काका म्हणाले.

“काका, तुम्हाला खरं सांगायचं म्हणजे यंदा माझ्या कलमी आंब्याला चांगला मोहोर आला होता. परंतु तो मोहोर आता काळा पडू लागलाय बघा. यावर काय उपाय असेल, तर तुम्ही मला सांगा.”

एखाद्या शिक्षकानं त्यांच्या विद्यार्थ्याला समजावून सांगावं तसं काका शारंगधर खोताना म्हणाले,

“शारंगधर, उपाय अगदी सोपा आहे हो. बाजारातून तू कल्टार हे औषध विकत घे. ते पाण्यात मिसळ आणि प्रत्येक झाडाला गड्यामार्फत फवारणी करून टाक. मग त्या झाडांना चांगलं फळ धरेल बघ.”

“काका, तुम्ही सांगितल्याप्रमाणे मी माझ्या सर्व झाडांना कल्टारची फवारणी

करून टाकतो.''

सुमन काकींनी थोड्या वेळानं दोघांना चहा आणून दिला. चहा घेऊन दोघांनीही सुपारी कातरून तोंडात टाकली. तोंडातील ओली सुपारी चघळीत शारंगधर खोत म्हणाले.

''काका, तुम्ही नोकरी सोडून गावी आला नसता, तर आम्ही फक्त भातशेती करीत राहिलो असतो.''

''मला नोकरीचा फार कंटाळा आला होता. त्या बजबजपुरीत मला अगदी नकोसं झालं होतं बघ. ते जाऊ दे. यंदा आपण दलालांना आंबा विकायचा नाहीये. त्यामुळे आपलं फार नुकसान होतंय. हे दलाल आपल्याकडून आंबा विकत घेऊन ते दामदुप्पटीनं विकत असतात. वर्षभर कष्ट आपण करतो. त्याचा मलिदा मात्र हे दलाल काहीही न करता खातात. आता आपण यापुढे दलालांना गावात पाय सुद्धा ठेवू द्यायचा नाही. कळलं?''

''काका, मग आपण आंब्याची कशी विक्री करायची ते तुम्ही सांगा. आपल्या वाडीत बऱ्याच जणांकडे आंब्याची झाडं आहेत.''

''शारंगधर,मी त्याचा आधीच विचार केलाय.''

''सांगा पाहू,'' शारंगधर खोत अधिर झाले होते. ''आपण असं करू या. आंबा पाडाला आल्यावर तो आपण ट्रक-टेंपोत भरून मुंबई-पुणेमध्ये जाऊन विकायचा. यंदा त्याचा आपल्याला थोडा त्रास होईल. नाही असं नाही. नंतर मग अंगवळणी पडल्यावर त्याचं काहीही वाटणार नाही. आपण यंदा हे धाडस करायचं. या दलालांना चांगली अद्दल घडवायची, तुझं यावर काय मत आहे?''

''काका, आपल्याला एवढी दगदग करायला जमेल का? आतापर्यंत दलाल झाडावरून आंबा उतरण्यापासून ते बाजारात नेऊन विकेपर्यंतची सर्व कामं करीत असत. म्हणून मी म्हणतो.''

''शारंगधर, न जमायला काय झालं. पाण्यात पडल्यावर माणूस आपोआप हातपाय हलवायला सुरुवात करतो.''

''ठीकाय.'' शारंगधर खोतांना काकांचं म्हणणं पटलं होतं.

काकांच्याबरोबर चर्चा करून शारंगधर खोतांना बरीच माहिती मिळाली होती. ते त्यांच्या घरी जाण्यासाठी उठून उभे राहिले. काकांच्या टेबलावर ताजी वर्तमानपत्रं पडली होती. त्या वर्तमानपत्राकडे पाहत शारंगधर खोतांनी काकांना जाता-जाता विचारलं,

''काका, तुमचा पेपर वाचायला घेऊन जाऊ का? नंतर गड्याबरोबर पाठवून

दिलंन असतं हो.''

"तुला राग आला तरी चालेल हो. पण मी कुणालाही पेपर घरी वाचायला देत नाही. तू इथं बसून वाचायला माझी काहीही हरकत नाही.''

"ठीकाय. येतो मी.''

"शारंगधर, राग येऊ देऊ नकोस रे बाबा.''

"नाही हो काका. यात कसला आलाय राग.''

शारंगधर बेडा काढून त्यांच्या घराच्या दिशेनं चालू लागले. ते गेल्यानंतर काका तोंडातल्या तोंडात पुटपुटले,

'एवढा मोठा गावचा खोत. त्याला दोन रुपयांचं वर्तमानपत्र विकत घेता येत नाही?'

सुमन काकींनी देवघरातून बाहेर पडत त्यांना विचारलं,

"अहो, कुणाला तुम्ही बडबडताय?''

"सुमन, मी तुला बोललो नाही हो. मी त्या शारंगधर खोताला बडबडत होतो. त्याला आपला पेपर घरी वाचायला हवा होता म्हणून. तुझी जपमाळ ओढून झाली असेल तर तू आता मला जेवायला वाढ.''

"वाढत्ये. चला.''

दोघेही स्वयंपाक खोलीत गेले. मी कधीही काकांना देवाच्या पाया पडताना किंवा पूजा-अर्चा करताना पाहिलं नाही. ते माणसातच देवाला शोधत होते. दोघा नवरा-बायकोच्या स्वभावात तफावत असली, तरी ते कधी त्यांच्या संसाराच्या आड आलं नाही. अखेरपर्यंत त्या दोघांनी अगदी तडजोडीनं संसार केला. कधीही त्यांनी टोकाची भूमिका घेतली नाही.

कान्हेरे काकांना महसूल खात्याच्या कायदे-कानून याची चांगली माहिती होती. या खात्यात उत्तम काम करून त्यांनी त्यांच्या कार्याचा अमिट ठसा उमटवला हेता. एक अभ्यासू आणि माहितीगार माजी तहसीलदार म्हणून लोक त्यांना ओळखत होते. काकांचा नि माझा स्वभाव काहीसा मिळता-जुळता असल्यानं मी त्यांच्या घरी कधीकधी पायधूळ झाडीत असे. मला बेड्याजवळ पाहाताच माणसाचे लोभी असलेल्या काकांचा चेहरा आनंदानं उजळायचा. काकांच्या गावात मी तलाठी म्हणून काम करीत होतो. मला कामात अडचण आली की मी माहितीसाठी काकाचं घर गाठायचो. माझ्या शंकेचं त्यांच्याकडून निरसन झाल्यावर मी परत जाण्यासाठी उठून उभा राहायचो. काका मला अडवीत म्हणत,

"भाऊ, निघालंत कुठं? चहा घेऊन जा.''

मी त्यांच्या मुलासारखा होतो. त्यांनी मला कधीही अरे-तुरे केलं नाही. त्यांनी आग्रह केल्यावर मी पुन्हा खाली बसायचो. काका लगबगीनं स्वयंपाक खोलीत जात आणि थोड्या वेळातच वाफाळलेल्या चहाचे दोन कप घेऊन बाहेर येत. चहाचे गरम घुटके घेत घेत आमच्या पुन्हा एकदा गप्पा सुरू होतं. चहा झाल्यावर काका ओली सुपारी कातरून माझ्या हातावर ठेवीत. त्या ओल्या सुपारीची चव अगदीच न्यारी होती. त्याहीपेक्षा कान्हेरे काकांची अगत्यशील वागणूक न्यारी होती.

काका भल्याशी भले होते. परंतु एकदा का कुणी त्यांच्या मनातून उतरला तर ते पुन्हा कधीही त्या माणसाचं तोंड पाहात नसत. काका स्पष्ट बोलणारे आणि एककल्ली स्वभावाचे होते. त्यांच्याकडे कामाला येणाऱ्या लोकांना आता त्यांचा स्वभाव परिचित झाला होता. लोक म्हणत की, 'गड्यांना कामाची शिस्त लावावी ती बल्याकाकानंच!' काम सांगून झालं की, काका पुन्हा त्या कामावर देखरेख करायला जात नसत. 'मी बल्याकाकांच्याकडे कामाला हाय' असं त्यांच्याकडे काम करणारे गडी गावात अगदी रुबाबात सांगत. दारू पिऊन एखादा गडी त्याच्या घरी पडल्यावर काका हसत हसत म्हणत की, 'खोचऱ्याचा शंकर आज सप्त्याला बसला वाटतं.' सूर्य बुडायच्या आत गड्यांची मजुरी मिळत असे. काकांच्या लेंग्याच्या खिशात गड्यांची मजुरी देण्यासाठी कोऱ्या करकरीत नोटा घडी करून ठेवलेल्या असत.

एखाद्या वेळी निसर्गाच्या नियमात बदल होऊ शकेल. परंतु काकांच्या दिनक्रमात काडीचादेखील कधी बदल होत नसे. सकाळी अंघोळ उरकून काका चहा घेत. नंतर हातात हरणछाप छत्री, पाण्याची बाटली, ओली सुपारी नि अडकित्ता घेऊन तांबड्या धुळीच्या रस्त्यावरून काका चालायला सुरुवात करीत. रस्त्यावरून येणारे-जाणारे त्यांना अदबीनं झुकून नमस्कार करीत.

काजू-कलमांच्या बागेत आल्यावर ते गड्यांना भरभर सूचना देत - काश्या, आधी बावीत उतरून पाण्याचा पंप सुरू कर; नाऱ्या गुरांना पाणी पाज; राणोजी काजूची खाली पडलेली बोंडं टोपलीत गोळा कर नि खड्ड्यात नेऊन टाक. इत्यादी. एक ना अनेक सूचना काका गड्यांना करीत असत.

काजूची पिकून पिवळी धम्मक झालेली बोंडं कुणीही खाण्यास त्यांची अजिबात मनाई नव्हती. परंतु खाणाऱ्यानं काजूची बी मात्र त्या झाडाखालीच टाकायला हवी, असा त्यांचा शिरस्ताच होता. काजूची बी विकून त्यांना चार पैसे मिळत असत. तो त्यांचा पोटापाण्याचा व्यवसाय होता.

एकदा अनाहूतपणे काकांच्या सासूबाईंनी तो शिरस्ता मोडला. त्या सुमन-काकींच्या सोबत जावयांची काजू-कलमांची बाग पाहाण्यासाठी आल्या होत्या. हिरवीगार

बाग पाहून त्या मनात भलत्याच खूश झाल्या. तेव्हा काजूचा हंगाम ऐन भरात आला होता, झाडाखाली काजूंची बोंडं गळून पडली होती आणि झाडावर पिवळ्या धम्मक काजूंचे घोसच्या घोस लगडलेले होते. सासूबाई मोह आवरू शकल्या नाहीत. त्यांनी पिकलेली बोंडं तोडून खाल्ली आणि काजूच्या बिया हातातील पिशवीत टाकल्या. काका समोरच उभे हाते. त्यांनी सासूबाईंना पिशवीत बिया टाकताना पाहिलं होतं. काकांनी लगेच त्यांना हटकलं,

"सासूबाई, काजूच्या बिया घरी घेऊन जायच्या नाहीत. आधी पिशवीतील बिया खाली टाका पाहू."

बिचाऱ्या सासूबाई घाबरून लेकीकडे पाहू लागल्या. सुमन काकींनी तोंडातून ब्रसुद्धा काढला नाही. सासूबाईंनी लगेच पिशवीतील बिया खाली टाकल्या. मायलेकी नाराज झाल्या होत्या. सासूबाईंनी पुन्हा कधीही काकांच्या काजू-कलमांच्या बागेत पाऊल टाकलं नाही.

काकांच्या उतारवयात शारीरिक व्याधींनी उचल खाल्ली होती. मी एकदा त्यांना भेटण्यासाठी त्यांच्या घरी गेलो असताना काका पोटाला माती लावून उन्हात बसले होते. त्यांच्या अंगावर चट्ट्यापट्ट्यांचा लेंगा होता. मला समोर पाहून ते हसत हसत म्हणाले,

"आलात तुम्ही? बसा, बसा."

मी काकांच्या समोर एका रिकाम्या खुर्चीत बसलो आणि मी त्यांना कुतूहलानं विचारलं.

"काका, तुम्ही पोटाला माती का लावली आहे?"

"भाऊ, मला अगदी लहानपणापासून पोटाचा विकार आहे. हा आजार आमच्या घराण्यात अगदी अनुवंशिक आहे, असं म्हटलं तरी चालेल. पोटाला आराम वाटण्यासाठी एका डॉक्टरानंच माझ्या वडिलांना हा उपाय करायला सांगितला होता. म्हणून मी हा असा उपाय करतो. नंतर थोडा आराम मिळतो."

"काका, हा उपाय कसा करायचं, ते तुम्ही सांगा पाहू." काका माझं बोलणं ऐकून त्यांच्या पोटावर हळुवार हात फिरवीत मला म्हणाले,

"भाऊ, आधी तीन फूट खोल जमीन खोदायची. मग त्याच्या खाली जी माती नरम असते ती पाण्यात भिजवून त्याचा लेप आपल्या पोटावर द्यायचा. पोटाच्या विकारावर याच्यासारखा रामबाण उपाय दुसरा कोणताही नाही, मला याचा गुण येतो."

"बरं, किती वेळ अशी पोटाला माती लावून ठेवायची असते, ते मला सांगा."

''फक्त अडीच किंवा तीन तास. मग नंतर खुशाल अंघोळ करायची. एक नव्या पैशाचा देखील खर्च नाही.''

''चांगला उपाय आहे.'' मी त्यांना म्हणालो. काकांच्याबरोबर आणखी थोडा वेळ बोलून मी लगेच माघारी वळलो.

एकदा का झाडावरील पाडाला आलेले आंबे काढायला सुरुवात झाली की, काकांना जेवायलादेखील फुरसत मिळायची नाही. अंगणात, पडवीत, ओटीवर नुसता आंब्याचाच ढीग असायचा. त्याचा संपूर्ण घरभर घमघमाट सुटलेला. रिकामी पुठ्ठ्यांची खोकी, करंड्या, त्यात घालायला लागणारं सुकं गवत इत्यादी सामानाचे अंगणात ढीग पडलेले असत.

आंब्याची खोकी भरणारे, खराब आंबा निवडून बाजूला काढणारी माणसं काका सूचना देत त्याप्रमाणे काम करीत. त्यांच्या हातातील काम यंत्रागत चालायचं. तंबाखू खायलादेखील त्यांना सवड मिळायची नाही. माझी काकांच्या घरी दिवसातून एक तरी फेरी असायची. मला पाहिलं की काका गड्याला ओरडून सांगत,

''काश्या, तलाठी भाऊ आलेत रे.''

''काका, काय हुकूम?''

''गाढवा, स्टिलच्या ताटात आंबे कापून आण. फोडी फार बारीक करू नकोस.''

काकांचं बोलणं पूर्ण होण्याच्या आत काश्या तीन-चार आंबे निवडायचा. आणि ते पाण्यानं स्वच्छ धुवायचा. आंबे धुऊन झाल्यावर एका कोरड्या फडक्यानं ते पुसून कोरडे करायचा. नंतर विळा घेऊन त्याच्या फोडी करायला माझ्या समोर बसायचा. काश्यानं ताट भरून आंब्याच्या फोडी माझ्यासमोर आणून ठेवल्यावर काका मला हातानं इशारा करीत म्हणत,

''भाऊ, आता करा सुरुवात.''

''एवढ्या आंब्याच्या फोडी मला संपणार नाहीत.''

''तुम्हाला त्या संपवायलाच लागतील.'' काका प्रेमळ आग्रह करीत म्हणत.

मार्च-एप्रिल मध्ये आंब्याचा हंगाम आला की, माझी चंगळच चंगळ असायची. मी त्यांच्याकडे गेल्यावर काका आधी मला गोड आंबे मनसोक्त खायाला घालीत. आंबे खाऊन झाल्यावर ते मला एका कापडी पिशवीत आंबे भरून घरी घेऊन जायाला सांगत. मी आंब्याची पिशवी घेऊन बाहेर पडलो की, दाराजवळ येऊन मोठ्या आवाजात म्हणत, 'भाऊ, हे आंबे खाऊन संपले की, तुम्ही मला संकोच न करता सांगा. गड्यामार्फत मी आंबे घरी खायला पाठवेन. माझ्याकडे आंबा भरपूर

आहे. त्यामुळे काळजी नसावी.' त्यांचं बोलणं ऐकूण मी थक्क व्हायचो. मनात थोडा संकोच वाटायचा. माझ्या आयुष्यात एवढा दिलदार माणूस आधी कधीही भेटला नव्हता. मी त्यांच्या घरी दोन-तीन दिवस गेलो नाही तर काकांचा गडी त्यांचा निरोप घेऊन माझ्या ऑफीसमध्ये हजर व्हायचा.

काकांच्या शब्दांना गावात किंमत असल्यानं ते गावातील छोटे-मोठे तंटे-बखेडेसुद्धा मिटवीत. काका कुळांना स्वत:च त्यांच्या नावे जमिनी करून देत. इतर खोत मंडळी कुळांच्या नावे जमिनी करताना त्यांच्याकडून दामदुप्पटीनं पैसे वसूल करीत असत. ते पाप काकांनी त्यांच्या हयातीत कधीही केलं नाही. म्हणून त्यांची कुळं काकांना त्यांच्या परोक्ष 'देवमाणूस' म्हणत.

काका वर्षभर काही ना काही उद्योग सतत करीतच असत. त्यांना मी कधी स्वस्थ बसलेलं पाहिलं नाही. ते कुणाची निंदा किंवा नालस्ती करण्याच्या भानगडीत कधी पडत नसत. त्यांच्या डोळ्यांना जे वाईट दिसेल तिकडे ते कानाडोळा करीत.

काकांनी आता काजू बी भाजण्याचं नवीनच तंत्रज्ञान शिकून घेतलं होतं. काका काजूची बी भट्टीवर ठेवलेल्या मोठ्या काहिलीत भाजून घेत नि भाजलेली काजूची बी वजन करून प्लॅस्टिकच्या पिशवीत भरून विकत. अंगणातच काजू बी भाजण्यासाठी काका भट्टी लावत. पोत्यात भरलेली काजू बी गडी अंगणात आणून बदादा ओतत. एका मोठ्या घंघाळात पाणी ओतून त्यात काजूच्या बिया टाकल्यावर ज्या बिया पोच्या आहेत, ते पाण्यावर तरंगू लागत. भरलेली बी तळाशी जात असे. पोची बी बाहेर काढून झाल्यावर काका तापमापक यंत्र घेऊन भट्टीजवळ एका खुर्चीत बसून राहत. काकांचं काम पाहात मी कधीकधी त्यांच्या जवळ खुर्ची घेऊन बसायचो. एकदा मी काकांना कुतूहलानं म्हणालो,

"काका, तुम्ही काजूवर कशी प्रक्रिया करता ते मला जरा समजावून सांगा."

कुणाला कसली माहिती हवी असेल, तर ती द्यायला काका नेहमी एका पायावर तयार असत. जणू तुकाराम महाराजांनी म्हटल्याप्रमाणे 'शहाणे करून सोडावे सकळ जन' यासाठीच त्यांचा जन्म झाला होता. काका मला अगदी आनंदानं त्याची माहिती सांगू लागले,

"भाऊ, काजू बी भट्टीत घातल्यावर ते आम्ही विशिष्ट तापमानापर्यंतच उकळतो. नंतर त्या बिया काढून बाजूला उघड्यावर ठेवतो. भट्टीत असताना काजू बी ला थोडं जरी तापमान अधिक झालं तरी त्याचा आतल्या आत जळून कोळसा होतो. मग ती बी फोडायला नको."

"ते कसं तुम्हाला कळतं?"

''त्यात काही कठीण नाही. बी पाहून ते लगेच आपल्याला कळतं.'' काका हसून म्हणाले, ''अहो जसं माणसाचा चेहरा पाहून आपल्याला त्याचा स्वभावाचा अंदाज करता येतो, तसं भट्टीत भाजलेलं बी पाहून ते आपल्याला कळत असतं.''

काका अर्ध्या हळकुंडानं पिवळे होण्याचा कधीही हव्यास धरत नसत. कोणताही व्यवसाय सुरू करण्याआधी ते त्याची संपूर्ण माहिती करून घेत. मग कष्ट आणि जिद्द यांच्या जोरावर काका तो व्यवसाय यशस्वी करून दाखवित.

एके दिवशी ओली सुपारी तोंडात चघळत काका मला म्हणाले,

''भाऊ, आपण थोडं पाय मोकळं करून येऊ.''

''काका, आता थोडं ऊन आहे. ऊन कमी झाल्यावर जाऊ या का?'' मी.

''संध्याकाळी माझ्याकडे पाहुणे येणार आहेत. आताच जाऊन येऊ. तुम्हाला आमचं शंकराचं देऊळ दाखविण्यासाठी मी बरेच दिवस विचार करीत होतो. परंतु कामाच्या व्यापात ते राहून गेलं. पेशव्यांच्या काळातील ते मंदिर आहे. त्या मंदिराला चिऱ्याचं बांधकाम आहे. तुम्ही ते पाहून थक्क व्हाल.''

काकांनी मला सांगितलं म्हणून मी शंकराच्या देऊळ पाहायला राजी झालो. ऊन डोक्यावर घेऊन मी देवळाच्या दिशेनं काकांच्या सोबत चालू लागलो. काकांचा चालण्याचा वेग माझ्यापेक्षा अधिक होता. त्यामुळे माझी दमछाक होत होती. आजूबाजूला गच्च माजलेलं रान होतं. उंच जंगली झाडं आमचं स्वागत करण्यासाठी रस्त्याच्या दुतर्फा उभी होती. वस्तीपासून दूर शंकराचं देऊळ असल्यामुळे गुरवसुद्धा इकडे पूजा करण्यासाठी यायला घाबरायचा. या जंगलात दिवसासुद्धा वाघ दिसतात असं मागे एकदा काका मला म्हणाले होते. म्हणून मी मनात थोडा घाबरलो होतो. माझी भीती घालविण्यासाठी काका मला धीर देत म्हणाले,

''भाऊ, तुम्ही घाबरू नका. या जंगलात अजूनपर्यंत वाघानं कधी कुणावर हल्ला केला नाही. गायी, कुत्री, बकरी इत्यादी त्यानं मारून खाल्लीत.''

थोड्याच वेळात आम्ही दोघं चालत चालत शंकराच्या देवळात येऊन पोहोचलो. देवळाचं चिऱ्याचं बांधकाम पाहून थक्क झालो. वर मान करून मी देवळाचा सोन्याचा मुलामा दिलेला कळस डोळ्यांनी पाहिला. माझ्या हाताला धरून काकांनी मला अगदी गाभाऱ्यात नेलं, शंकराचं दर्शन घेऊन मी नमस्कार केला, शंकराच्या पिंडीवर वर टांगलेल्या तांब्यातून थेंब थेंब पाणी पडत होतं. पिंडीवर जास्वंदीची ताजी फुलं वाहिली होती. त्याचा घमघमाट सुटला होता. त्या गाभाऱ्यात मनाला अगदी प्रसन्न वाटत होतं.

शंकराचं दर्शन घेऊन आम्ही देवळाच्या बाहेर आलो. देवळाच्या मागे वाघ

पकडण्यासाठी बनविलेला एक भला मोठा पिंजरा ठेवला होता. त्या पिंजऱ्याकडे बोट दाखवीत काका मला सांगू लागले,

"भाऊ, या जंगलात वाघ असतात म्हणून ते पकडण्यासाठी माझ्या वडिलांनी गावातील कसबी सुतारांच्याकडून हा पिंजरा बनवून घेतला होता बघा. या लोखंडी जाळीत जिवंत शेळी बांधून ठेवायची असते. शेळीला खाण्यासाठी वाघ पिंजऱ्याजवळ येतो. या लोखंडी गजाना वाघाचा थोडा जरी स्पर्श झाला तरी वरील गजाची बारी दाणकन खाली आपटते, आणि वाघ आपोआप या पिंजऱ्यात जेरबंद होतो. माझ्या वडिलांनी असे चिक्कार वाघ पकडून त्यांना बंदुकीची गोळी घालून ठार मारले आहेत. आता वाघांची संख्या फार कमी झाली म्हणून या पिंजऱ्याचा सहसा उपयोग होत नाही."

काकांच्याकडे अद्‌भुत माहितीचा जणू खजिनाच होता. त्यांच्या तोंडातून वाघाबद्दलची माहिती ऐकताना मी अगदी रोमांचित झालो होतो. जिवाचं रान करून मी ती माहिती ऐकत होतो. एक-दीड तास देवळात घालवून मी काकांच्या बरोबर परतीची वाट तुडवू लागलो. शंकराचं पुरातन देऊळ पाहून मी माझ्या मनात खूश झालो होतो.

■■■

१४

निराक्का

गावातील भांडकुदळ बाई म्हणून लोक निराक्काला ओळखत होते. तिचा चेहरा वय झाल्यामुळे सुरकुत्यानं भरलेला होता, ती दिसायला गहूवर्णीय होती, तिची उंची जेमतेम पाच फुटाच्या दरम्यान होती, अंगानं थोडी जाडी होती, त्यामुळे ती दुरून पाहणाऱ्याला अगदी भोपळ्याच्या आकाराची दिसत होती. तिच्या अंगावर विटकं जुनेर आणि ठिगळ लावलेली चोळी असे, केसावर फणी मारायला तिला फुरसत नसल्यामुळे ते नेहमी विस्कटलेले असत. तिच्या डोळ्यांवर सुद्धा केसांच्या बटा लोंबताना दिसत.

गावातील सरकारी नोकर, सरपंच, दुकानादार यांच्या घरी पाणी भरून ती जगत होती. लोकांच्या बरोबर तिचं भांडण अनेक वेळा नळावर पाणी भरण्यावरून व्हायचं. एखादा पुरुष तिच्याशी भांडू लागला, तर निराक्का त्याला शेलक्या शिव्या देत रागानं म्हणायची, 'भाड्या, तुला लई माज आलाय व्हय? थांब तुझ्या मिशीला मी आग लावून टाकत्ये.' बाईमाणसाशी भांडताना ती तिचा अश्लील भाषेत उद्धार करीत म्हणायची. 'रांडं, तू माझ्या भांड्यांना का हात लावलंस सांग. तुला आता मी सोडीत न्हाय. तुला मी नांगटी करून चांगली झोडून काडत्ये.' या भांडणांमध्ये निराक्काची चूक असे. तिला अनेक घरांत पाणी भरायचं असे. नळावर पाणी भरायला रांग असायची. रांगेत उभं राहून पाणी भरण्यासाठी तिच्याकडे तेवढा वेळ

नसे. तिला भरभर कामं उरकायचं असल्यामुळे ती रांगेत भांडी न ठेवता सरळ नळाखाली असलेलं भांडं रागानं बाजूला करून त्या ठिकाणी ती तिचा हंडा ठेवायची. मग लगेचच भांडणाला तोंड फुटायचं. नळाजवळ युद्धभूमीचं स्वरूप प्राप्त व्हायचं. शेळक्या शिव्या, दगड-धोंडे याचा एकमेकांवर मारा व्हायचा. भांडण पेटलं, की निराक्का एखाद्या चवताळलेल्या नागिणीगत करायची. तिचा तो रणचंडिकेचा अवतार

पाहून लोक भीतीनं पाणी न भरताच पळून जात असत. निराक्कावरून गावात किती तरी बैठका झाल्या. परंतु त्याचा काडीचादेखील उपयोग झाला नाही, निराक्काच्या स्वभावात तिळमात्र बदल झाला नाही. गावातील काही स्त्री-पुरुषांनी निराक्काचा धसकाच घेतला होता.

गावात लोकांचं पाणी, धुणी-भांडी करून निराक्का दारिद्र्यात जगत होती. दोन मुली झाल्यावर तिचा नवरा रानात सर्पदंश होऊन मयत झाला. तिच्या माहेरी तिचा एकुलता एक भाऊ राहात होता. त्यामुळे ती दोन लहान मुलींना घेऊन माहेरी भावाच्या आसऱ्याला आली. निराक्का भांडकुदळ आहे म्हणून तिचा भाऊ तिच्याशी धड बोलत नव्हता; आणि तिला कोणतीही आर्थिक मदत करीत नव्हता. निराक्काच्या मुली उपवर झाल्या, तेव्हा गावात कुजबुज सुरू झाली. 'या मुलींची लगनं होणार न्हाईत. त्या मुली कुणाचा बी हात धरून पळून जातील.' सुदैवानं निराक्काच्या दोन्ही मुलींची लग्नं होऊन त्या दिल्या घरी संसार करू लागल्या.

एके दिवशी भर दुपारी ऊन डोक्यावर घेऊन निराक्का तलाठी कार्यालयात आली आणि मला अजीजी करीत म्हणाली,

"भाऊ, माझी शेतीभाती न्हाय. माझा नवरा मरून गेलाय. मला दोन मुली हाईत. त्यांची लगनं झालीत. मला एक भाव हाय, पर त्यो मला बगीत न्हाय. भावजयीला मी खवत न्हाय बगा, मी निराधार हाय. तवा तुमी मला सरकारी पेनसन बसवा. मी तुमाला कंधी इसरनार न्हाय."

शासनाच्या संजय गांधी योजनेअंतर्गत निराधार विधवा महिलांना दरमहा आर्थिक मदत देण्याची तरतूद होती. गावात निराक्काला ही माहिती कुणाकडून तरी कळली होती. त्यामुळे ती ताबडतोब माझी भेट घेण्यासाठी आली होती. तिला मदत करण्यासाठी मी लगेच तयार झालो. एका छापील अर्जावर मी तिला विचारून माहिती भरली, अर्ज भरून झाल्यावर मी त्या अर्जाखाली तिचा अंगठा घेतला. त्या अर्जाची सरकारी नियमाप्रमाणे मी सर्व सोपस्कर पूर्ण केल्यानंतर दोन-तीन महिन्यांनंतर निराक्काला शासनाकडून दरमहा आर्थिक मदत मंजूर झाली. तिला पहिली पेन्शन मिळाल्यावर ती ओंजळभर नोटा पाहून एकदम भारावून गेली. आनंदानं तिच्या डोळ्यांतून अश्रू ओघळू लागले. आनंदाश्रू पुसत ती रुद्ध कंठानं मला म्हणाली,

"भाऊ, तुमच्या रूपानं मला देव भेटला बगा, आता मला माझ्या म्हातारपनाची चिंता न्हाय. गावात थोरला भाव असून काडीचा त्याचा उपेग न्हाय. त्यो माझी सावली बी घेत न्हाय, वस्साडा मेला. माझी भावजय त्याला फुसक्या मारीत असत्ये, मेली वंगाळ कर्माची हाय ती. तुमचं माझ्यावं म्वॉप उपकार झालं बगा."

मी तिला हसत म्हणालो,

"निराक्का, ही रक्कम तुम्हाला शासनाकडून मंजूर झाली आहे. मी फक्त तुमच्या अर्जाची चौकशी करून तुम्हाला पेन्शन मंजूर व्हावी म्हणून शासनाकडे शिफारस केली."

"भाऊ, मला येवडं ठाव हाय की, देवाला नारोळ वाढवायला, गाऱ्हाणी घालायला गुरवाची जरूरी लागत्ये. गुरवाबिगर आपलं गाऱ्हाणं देवाकडं पोचत न्हाय. तुमी मला मदत केली नस्ती, तर हे पैसे आज माझ्या डोळ्यांना दिसले सुदीक नस्ते."

आता निराक्काला कसं समजावून सांगायचं, असं मला प्रश्न पडला. थोड्या वेळानं माझा निरोप घेऊन ती तिच्या कामाला निघून गेली.

मी रस्त्यानं चालत असताना मला कधीकधी निराक्का दिसायची, तेव्हा तिच्या डोक्यावर पाण्याचे हंडे असत. तिच्या डोक्यावर असलेले हंडे डचमळून पाणी तिच्या अंगावर सांडायचं. त्यामुळे तिच्या अंगावरील विटकं लुगडं आणि चोळी भिजून चिंब झालेले असायचं. माझ्याकडे पाहात ती मला हसत, 'भाऊ बेस हाव ना?' अशी माझी चौकशी करीत विचारायची. तिची मान डोक्यावरील हंड्यांनी अवघडलेली असल्यानं ती थांबयची नाही. रिकामे हंडे घेऊन जाताना माझं ऑफीस तिला उघडं दिसलं, की हातातील हंडे रस्त्याच्या कडेला ठेवून ती माझ्याकडे धावत यायची. लाकडी बाकावर बसून ती माझ्या टेबलावर पानाची चंची ठेवत आग्रह करीत मला म्हणायची,

"भाऊ, पान खा. तुमी तमाकुतील सुपारी खात न्हाय म्हणून मी चंचीत तुमच्यासाठनं एका पुडीत अलग सुपारी ठेवत्ये."

मी तिच्यासमोर पान जुळवू लागलो, की मला ती पुडीतील कातरलेली सुपारी द्यायची. सुपारी कातरलेली नसेल तेव्हा अंगणात पडलेले दगड घेऊन ती त्या दगडावर सुपारी फोडून मला आणून द्यायची. माझ्याबद्दल असलेलं प्रेम, जिव्हाळा आणि आत्मीयता मला तिच्या शरीराच्या हालचालीवरून कळत असे. मी तिच्याकडील पान जुळवून तोंडात कोंबलं की, तिला त्याचा आनंद व्हायचा. माझ्या बरोबर सुख-दुःखाच्या गप्पा मारून झाल्यावर ती तिच्या कामाला आनंदानं ऑफीसच्या बाहेर पडायची.

निराक्का रोज ज्या नळावर पाणी भरण्यासाठी यायची त्याच नळावर शारदासुद्धा पाणी भरायला येत असे. निराक्काची दादागिरी तिनं नळावर डोळ्यांनी पाहिली होती. एकदा निराक्काची मस्ती उतरवायलाच हवी, असं तिच्या मनात पुष्कळ दिवस येत

होतं. मागे एकदा निराक्काकडून तिचा अपमानसुद्धा झाला होता. ती त्याचा बदला घेण्यासाठी संधीची वाट पाहू लागली. ती संधी शारदाला एके दिवशी चालून आली.

निराक्का नळावर पाणी भरायला आली होती. पाणी भरण्यासाठी शारदानं सुद्धा नळावर रांगेत भांडी ठेवली होती. निराक्कानं मागून येऊन तिच्या पुढे भांडी ठेवली. शारदा तिला रागानं म्हणाली,

"निराक्का, तू माझ्या मागून आली हाईस तवा तू माझ्या मागे भांडी ठिव."

"वाईच तू थांब. मला घाई हाय." निराक्का.

"त्ये तू मला काय बी सांगू नकुस. मी काय हिथं बसायला आलेली न्हाय."

शारदानं मनाचा हिय्या करून निराक्काची भांडी तिच्या मागे आणून ठेवली. निराक्का तिच्याकडे खाऊ की गिळू या नजरेनं पाहू लागली. तिच्या त्वाँडाचा पट्टा लगेच सुरू झाला,

"रांडं, तू माझ्या भांड्यांना हात का लावलंस त्ये आधी सांग. माझी भांडी होती तिथं ठिव. न्हायतर तुझी भांडी मी दगाड घालून फोडून टाकत्ये. या निराक्काला तू तेगार दावत्येस?"

"न्हाय ठेवणार. मोठ्ठी खोतीण झालीस व्हय? तुझा रुबाब तुझ्या घरात दाव, आमास्नी दावायचं काम न्हाय. लोकांची पाणी भरून प्वॉट भरत्येस म्हणून बरं हाय. न्हायतर आनकी किती तू आमास्नी तुजा रुबाब दावला असतास."

"मी पाणी भरून प्वॉट भरते म्हणून तुझं नाक खाली झालं व्हय? पुन्नींदा जर बोल्लीस तर मी तुझी जीभ पार हासडून टाकीन, व्हैमाली कुठली."

दोघींचं बराच वेळ भांडण सुरू होतं. शेवटी शारदाला तिच्यापुढे हार पत्करावी लागली. निराक्का पाणी भरून गेल्यावर शारदानं नळाखाली तिची भांडी लावली.

माझ्या आधी बौद्धधर्मीय कांबळे नावाचे गृहस्थ तलाठी म्हणून गावात काम करीत होते. ते एकटेच राहात होते. हातानं जेवण बनवीत. निराक्का त्यांना नळावरून पाणी आणून द्यायची. कांबळे तलाठ्यांची पाण्याची भांडी जेव्हा निराक्का नळावर घेऊन जात असे, तेव्हा पाण्याला आलेल्या बायका तिला बजावून सांगत,

"निराक्का, कांबळे भाऊंची भांडी दूर ठेव. ती भांडी आमच्या भांड्यांना लागता कामा नये, न्हांयतर तुला राती देवळात बैठकीला खेचू नि दंड भरायला लावू."

"कोण ग त्यो मला दंड भरायला सांगणारा हाय? मी कुणाची चोरी, लांडी-लबाडी केली न्हाय, कुनाला पासली पाडतं न्हाय. तुमाला बुद्धाच्या भांड्याला भांडं लागलेलं चालत न्हाय. मंग त्यानं लिवून दिलेला ७/१२ चा उतारा, रेशन कार्ड

कसं चालतं? तुमी बायका किती पाक हाव ते या निराक्काला सांगायचं न्हाय.''

एकदा का निराक्काचं तोंड सुटलं, की तिच्या तोंडातून नको नको ते बाहेर पडायचं. वर्मी घाव बसला की बायकांची तोंडं आपोआप बंद व्हायची.

माझी आठवण झाली, की निराक्का माझ्या ऑफिसात पायधूळ झाडायची. एके दिवशी निराक्का दुपारच्या वेळी ऊन डोक्यावर घेऊन माझ्या तलाठी कार्यालयात मला भेटण्यासाठी आली. दुपारच्या वेळी तिला कामातून थोडी सवड मिळायची. डोक्यावरचा पदरानं निराक्काने घामाजलेला चेहरा पुसून कोरडा केला. नंतर तांब्यात पाणी घेऊन ती वर तोंड करून घटाघटा प्यायली. तिचा जीव शांत झाल्यावर माझ्यासमोर पानाची चंची ठेवून ती आर्जव करीत मला म्हणाली,

''भाऊ, आधी वाईच वली सुपारी त्वाँडात टाका. मंग सावकास लिवत बसा.''

तिनं आग्रह केल्यामुळे मी चंचीतील सुपारी माझ्या तोंडात टाकली. ओल्या सुपारीची मस्त चव तोंडभर रेंगाळू लागली. मी तिची सुपारी खाल्ली म्हणून तिला त्याचा आनंद वाटला. निराक्काला दोन विवाहित मुली होत्या, हे मला ठाऊक होतं. मुलींची चौकशी करीत मी तिला म्हणालो,

''निराक्का, तुम्ही तुमच्या मुलींच्याकडे कधी जाता की नाही? तुमच्या मुलींची तुम्हाला आठवण येत असेल ना?''

पोटच्या मुलींच्या आठवणींनं निराक्का गहिवरली. दाटलेल्या कंठानं ती मला म्हणाली.

''भाऊ, मला माझ्या दोन्ही लेकींची लई सई होत्ये बगा. या कामाच्या पायी मला त्यांच्याकडे जाता येत न्हाय. येकुदा सण असलं तवा माझ्या मुली मला भेटायला येतात. मोठ्या लेकीचं वाईच त्यातल्या त्यात बेस हाय. पर माझ्या धाकट्या लेकीचं वाईच नाचार सौंसार हाय बगा. धाकटी मला भेटायला आली की मी तिला पीठ, तांदूळ, मीठ-मिरची देत्ये आणि माझ्या घरात पैसा शिल्लक असंल, तर तिला मी गाडीखर्चाला देत्ये. मला येकटीला घरात कितीसं लागणार हाय. आता मला पैल्यागत भूक सुदीक लागत न्हाय बगा, माझी लाकडं आता नदीवं गेलीत. माझा धाकटा जावई म्वॉप चांगला हाय. पर मोठ्ठा जावई नुस्तं तऱ्हा नि भवना हाय बगा, मोठ्ठा बाजींदी नि खुन्नसी सोभावाचा. त्यो मला माझ्या लेकीच्या म्होरं मला 'प्वॉट भरू' म्हणतो. माझ्या थोरल्या लेकीकडं मी कंधी गेले, की लगीच तो तिच्याशी भांडान करील. मंगल्या वर्सी पाडव्याला मी माझ्या थोरल्या लेकीकडं गेले होत्ये, तवा त्यानं तिच्याशी लगीच कंदाल केली. मलासुदीक त्याचा राग आला. मी रागानं माझ्या लेकीला म्हणाले, ''राणी, याला वाईच तू धर गं. त्याला मी माझा इंगा दावत्ये.

भाड्या, मला तुझ्या म्होरं प्वॉटभरू म्हंत्युय काय?'' आमी दोगींनी त्याला धरून भिताडालाच चेपलाव. मी त्याच्या येक मुस्काडात दिकून मारली. तवापास्नं थोरला जावई वाईच ताळ्यावर आलाय. मला मुलगा अस्ता, तर तो मला असं बोलला असता व्हय? सटवीचा लिखा कंधी न्हाय चुका.''

''निराक्का, मी तुमच्या मोठ्या जावयाला पाहिलंय.''

''भाऊ, तुमी त्याला कंधीवं पाहयलाव?''

''मागच्या आठवड्यात तुमची मुलगी आणि जावई तुमच्याकडे आले होते, तेव्हा कोतवालानं मला तुमची मुलगी आणि जावई यांना दाखविलं.''

''माझ्या राणीनं त्याला मुठीत ठेवलंय. म्हणून त्याचा विलाज चालत न्हाय. आता तिची पोरं सुदीक वाईच मोठी झाल्यात. ती आईशीची बाजू घेऊन बापसाशी भांडतात.''

घरातील अडीअडीचणी निराक्का मनमोकळेपणानं माझ्या कानावर घालीत होती. मी ते शांतपणे ऐकून घ्यायचो. तिच्या मनातील दुःख, व्यथा-वेदना गावात ती कुणापुढे इतक्या विश्‍वासानं बोलू शकत नव्हती. माझ्याशी बोलून झाल्यावर तिच्या अंतर्मनातील दुःखावर कुणीतरी मायेनं फुंकर घातल्याप्रमाणे तिला खूप हलकं हलकं वाटे.

निराक्का बेघर होती. नंतर तिला शासनाकडून एका गुंठ्यात घरकुल बांधून मिळालं. तिच्या भावानं गोड बोलून त्या घरात त्याचं बस्तान बसविलं. त्याचं ईप्सित साध्य झाल्यावर नंतर तो तिच्याशी क्षुल्लक क्षुल्लक कारणावरून भांडण उकरून काढू लागला. भांडणाला वैतागून निराक्का परागंदा होईल, असा त्याच्या मनात बहिणीबद्दल दुष्ट हेतू होता. परंतु निराक्का ठकास महाठक बाई होती. ती भावाबरोबर रोज भांडायची. परंतु घर सोडून जाण्याचं नावसुद्धा काढत नसे.

तोंडात सुपारी चघळत मी निराक्काला विचारलं,

''निराक्का, आता तुमचा भाऊ तुमच्याशी भांडतो?''

''भाऊ, माझा तो भाव त्याच्या बायकुच्या बुद्धीचा हाय बगा.'' निराक्का मला आवंढा गिळून सांगू लागली, ''ती लई नाटकसाळी नि बोचा सुकाळी हाय. ती त्याचं कान भरत्ये नि तो राती दारू पिऊन मला बडबडतो. त्याची मी एके दिवशी दिंडका काडून सांगणार हाय, की हे घर मला सरकारनं बांधून दिलंय. तू माझ्या घरातनं चालता हो. माझं घर त्यानं वाईच सुधारलं म्हणून मी त्याला माझ्या घरात थारा दिला बगा. माझ्या मुली वर्सातनं येकदा दोनदा मला बगायला येतात. त्ये बी त्यास्नी खपत न्हाय. मी मातीआड झाल्यावं माझ्या मुली चुकून त्याचा मुस्का बगायला दिकून येणार

न्हाईत. तुमाला माझी येक इनंती हाय. तुमी माझ्या घरी येऊन माझ्या भावाची नि त्याच्या बायकुची वाईच घाण काढा. त्या बिगर त्ये वठणीवर येणार न्हाईत.''

मी मनात असा विचार केला की, बहीण-भावाच्या वादात आपण का पडावं. आता भांडतील आणि पुन्हा उद्या एक होतील. नंतर मला असंही वाटू लागलं, की मी तिच्या घरी गेल्यावर वाद मिटायला मदत होत असेल, तर जायला आपल्याला काय हरकत आहे? मी माझ्या मनात थोडा वेळ विचार करून निराक्काला म्हणालो,

''निराक्का, उद्या सकाळी मी तुमच्या घरी येतो.''

''भाऊ, मी मंग घरातच थांबत्ये.''

''तुम्ही घरी थांबू नका. तुम्ही तुमच्या कामाला जायचं.''

ठरल्याप्रमाणे दुसऱ्या दिवशी मी निराक्काच्या घरी तिच्या भावाला भेटायला गेलो. निराक्काचा भाऊ तिची तक्रार करीत मला म्हणाला.

''भाऊ, निराक्का माझी भन हाय. पर ती भांडकुंदल हाय. कुणाशी पटवून घेत न्हाय. साध्या-साध्या कारणावरून घरात कंदाल करीत असत्ये. पान-तमाकू खावून घराच्या भिंताडावर, कोपऱ्यात पचा पचा थुकत असत्ये. तिला काय आमी सांगायला गेलु की, लगीच माझ्या घरातनं चालते व्हा म्हणत्ये. हे घर बांदायला मी सुदीक पैसा खर्च केलाय. घराच्या मधोमध चूल मांडून जेवान करत्ये. त्याची भुरी घरभर पसरत असत्ये. हे समदं डोळ्यांनं बगून सुदीक आमी तिला बोलायचं न्हाय?''

निराक्काचा भाऊ तुकाराम योग्य तेच बोलत होता. त्याच्या बोलण्यात मला अजिबात लपवाछपवी दिसली नाही. मी त्याला समजावीत म्हणालो.

''निराक्काचं आता वय झालंय. ती दिवसभर खूप काम करीत असते. म्हणून ती थोडं चिडते. तुम्ही तिचं काहीही मनावर घेऊ नका. एवढे दिवस तुम्ही सहन केलं आहे. तिच्या बोलण्याकडे तुम्ही अजिबात लक्ष देऊ नका.''

माझं बोलणं बहुधा त्याला पटलं असावं. मी जायला उठलो, तेव्हा तो मला आग्रह करीत म्हणाला.

''भाऊ, आज तुमी पहिल्यांदाच आमच्या घरला आलाव. तवा च्या घेऊन जा.''

त्याचा आग्रह मला मोडवेना. मी त्याच्या घरी चहा घेऊनच बाहेर पडलो. निराक्का मला रस्त्यातच ती पाणी भरायला जात असताना भेटली. मला पाहून तिनं मला विचारलं,

''भाऊ, माझा भाव तुमास्नी भेटला?''

''होय.''

"काय म्हनंला त्यो?"

"मी त्याला समजावून सांगितलंय. आता तो तुमच्याशी कधी भांडणार नाही."

"बेस झालं बगा. मला बी रोजच्या भांडणाचा लई कट्टाळा आला व्हता."

निराक्काशी आणखी थोडं बोलून मी तलाठी कार्यालयाच्या दिशेनं पावलं टाकू लागलो. डोक्यावर हंडे घेऊन निराक्कानं नळाकडे मोर्चा वळविला.

गावात साखरपुडा, लग्न किंवा सत्य नारायणाची पूजा असेल, तेव्हा लोकांना पाणी भरण्यासाठी निराक्काची हमखास आठवण व्हायची. मग माणसं निराक्काला शोधत तिच्या घरी जात. लोकांच्या घरी पाणी भरून निराक्कानं तिचं आयुष्य घालविलं होतं. आलेलं काम ती आनंदानं करायला तयार व्हायची. पाणी भरून झाल्यावर निराक्का ठेवणीतील लुगडं नेसून कार्यक्रमात बायकांच्या घोळक्यात बसायची. तिच्याशी नळावर भांडलेल्या बायकासुद्धा मायेनं, 'निराक्का, बेस हाईस ना?' म्हणून तिची विचारपूस करीत असत. निराक्का त्या बाईला कवेत घेऊन 'अगो माझी बाय' असं गालात हसत म्हणायची. नवरी मुलीला हळद लावताना निराक्का गोड गळ्यानं गाणं म्हणायची. निराक्काला लग्नात म्हणायची सुद्धा गाणी येत असत. त्यामुळे गावात लग्न असेल, तर गाणी म्हणायला निराक्काला हमखास आमंत्रण असायचं.

एके दिवशी मी ऑफीस उघडल्यावर निराक्का हातात कसली तरी कागदाची पुडी घेऊन मला भेटायला आली. हातातील कागदाची पुडी माझ्यासमोर टेबलावर ठेवून ती मला आईच्या धाकानं किंचित आवाज मोठा करून म्हणाली,

"भाऊ, आधी ह्या पुडीतलं तुमी खावून टाका बगू. तुमच्यासाठनं मी आणलंय."

"काय आहे ते?" मी त्या पुडीकडे पाहत तिला विचारलं.

"आवं, कल देऊळवाडीत पोलीस पाटलाच्या धाकट्या मुलीचं पानंवाटणी (साखरपुडा) होतं. त्यांनी मला लाडू, फरसाण खायला दिलंन होतं. मी ते तुमाला आणलंय. तुमी ते खा. मी तुमास्नी तांब्यात प्यायला पाणी देत्ये."

निराक्काच्या डोळ्यांतील निर्व्याज प्रेम, आपुलकी पाहून मी माझ्या मनात अगदी भारावून गेलो. या जगात स्वार्थ साधण्यासाठी माणसं खोटे मुखवटे लावून जगत असतात. त्याच मायावी जगात मला काही माणसं निःस्वार्थीपणे जगत असलेलीसुद्धा भेटली होती. निराक्काच्या ठिकाणी मला माझी आई दिसू लागली. माझ्या डोळ्यांत टचकन पाणी आलं. ते मी निराक्काच्या नकळत तळहातानं पुसून घेतलं.

निराक्कानं माझ्यासाठी आणलेला लाडू आणि फरसाण मी तिच्यासमोर बसून

खाल्ला. त्यातील थोडं मी तिला खाण्यासाठी आग्रह केला परंतु निराक्कानं मला नम्रपणे नकार दिला. नंतर थंडगार पाणी प्यायल्यावर मी तृप्त झालो. थोड्या वेळानं निराक्का दरवाजाकडे मोर्चा वळवीत मला म्हणाली, ''भाऊ, तुमी लिवत बसा. मी पाणी भरायला जात्ये.'' असं म्हणून ती मळलेली तांबडी वाट तुडवू लागली. निराक्का दिसेनाशी होईपर्यंत मी तिच्या पाठमोऱ्या आकृतीकडे वेड्यागत पाहात होतो.

■■■

१५

चंद्री म्हातारी

चंद्री म्हातारीचं आता वयोमान झालं होतं. म्हातारा तिला सोडून गेल्यापासून तिचं कामात मुळीच लक्ष लागत नव्हतं. म्हाताऱ्याच्यासोबत तिनं जवळजवळ पन्नास वर्षं संसार केला होता. तिच्या म्हाताऱ्याला शेतात काबाडकष्ट केल्यामुळे दीर्घायुष्य लाभलं होतं. एके दिवशी काहीच कल्पना नसताना तो झोपेत असताना त्याचं निधन झालं. तेव्हापासून एवढ्या मोठ्या ऐसपैस कौलारू घरात चंद्री म्हातारी म्हाताऱ्याची आठवण काढत एकटीच राहत होती. रिकामं घर तिला अगदी खायला उठायचं. उदास उदास वाटायचं. म्हातारा गेल्यावर गावातील लोक तिचं सांत्वन करायला तिच्या घरी येत. घरी आलेल्या लोकांसमोर तिला भरून आल्यामुळे ती तोंडाला पदर लावून हमसाहमशी रडायची. चिमटीत नाक पकडून शिंकरून म्हणायची,

"माज्या राजा, तू कसा रं मना सोडून गेलास? तुझ्या मंगोरी मी कशी जगू?"

म्हातारीच्या घरी सांत्वन करायला आलेल्या बायका तिला धीर द्यायच्या, तिची समजूत घालायच्या. थोड्या वेळानं म्हातारी स्वत:ला सावरून त्यांना सांगायची,

"अगो बाय, माजा म्हातारा मना सोडून जाईल, असं मला कंधी वाटलं न्हवतं. आठ-पंद्रा दिस त्यो सीक व्हता, तरी त्यो आल्या-गेल्याशी भडाभडा बोलायचा, मना च्या करायला सांगायचा. मरायच्या आदल्या दिशी तलाठी भाऊंनी म्हाताऱ्याला योक बिस्कुटाचा पुडा आणून दिला. त्यातली त्यानं चार बिस्कुटं च्या त बुडवून खाल्ली

दिकून. राती त्याला काय झालं कुणास दखल. त्याची छाती लई दुखायला लागली आणि माझ्या राजानं लगीच गं माझ्या मांडीवं मान टाकली. पुन्नींदा त्यानं हू न्हाय की चू केलंन न्हाय.''

माझं तलाठी कार्यालय चंद्री म्हातारीच्या कौलारू घरात होतं. म्हातारी तिचा म्हातारा तिला सोडून गेल्यापासून खचली होती. तिचंसुद्धा आता वय झालं होतं. झाडाच्या फांद्यांप्रमाणे तिच्या कानाच्या पाळ्या लोंबत होत्या, नाक फुगीर नि पसरट

झालं होतं, तिचा संपूर्ण चेहरा सुरकुत्यानं भरून गेलेला, ती कंबरेत वाकल्यामुळे देवाला दंडवत घातल्याप्रमाणे रस्त्यानं चालत होती.

तिचा म्हातारा रंगानं गोरा होता. आणि चंद्री म्हातारी दिसायला सावळी होती, म्हातारी बोलायला अगदीच फटकळ. एकदा म्हातारा तिला दटावीत म्हणाला,

"चंद्री, तू बोलताना वाईच इचार करून बोलत जा. त्वाँडाला कुत्रं बांधू नकुस. उगी आपली उचलली जीभ की, लावली टाळ्याला. म्हातारी झालीस पर तुज्या बोलण्याला जरा दिकून शिस्त न्हाय बग."

म्हाताऱ्याचं तिखट बोलणं ऐकून म्हातारी एकदम भडकली. ती त्याला लगेच तावातावानं म्हणाली,

"आता तुमी माझं डोस्कं पिकवू नका. गावातली मान्सं माझ्याकं काय काम असंल, तरच माझ्या घरला येतात. ग्वॉड बोलून नाचणी, वरी, तांदूळ नेत्यात. गरज सरली, की त्यास्नी माझं घर दिसत न्हाय. तुमी आता गुमान तमाकु खात बसा. माझ्या चुलीत अजून पावोत इस्तु पडला न्हाय, घरात पाण्याचा घोट दिकून न्हाय, दोन सुना असून सुदीक त्याचा मना काय बी उपेग न्हाय."

चंद्री म्हातारीला आता राग आला होता. तिला थोडं शांत करण्यासाठी म्हातारा पांढऱ्या दाढीचं खुंट खाजवीत म्हणाला,

"चंद्री, कश्याला चिडतीस? बकरीच्या थानागत आपल्याला दोन ल्याक हाईत. दोगं ममईत नोक्री करत्यात, त्यांना त्यांच्या बायका त्यांच्या संगट नकु? पाण्याची बाव लांब न्हाय, नळाला दिकून पाणी हाय. मना माज्या डोळ्यांनी नीट दिसत न्हाय. न्हायतर हंडा घेऊन मी पाणी आणायला गेलू अस्तु."

म्हाताऱ्याचं काळजाला भिडणारं बोलणं ऐकताच चंद्री म्हातारीचा पारा झटकन खाली आला. तिच्या हृदयातसुद्धा मायेचा पाझर फुटला होता. ती म्हाताऱ्याला मृदू आवाजात म्हणाली,

"आयकलाव, माझी थोरली सून लई गरीब गाय हाय बगा. पर धाकट्या लेकाची बायकु मोठ्ठी नवाल घोडी हाय. तिच्या आईशी-बापसानं तिला कसली म्हून शिस्त लावलंन न्हाय. तिच्या न्हवऱ्याला काय आमी ल्हानाचा मोठ्ठा केलंन न्हाय? तिला सासू-सासऱ्याची बी कदर न्हाय. तिनं समद्यांचाच आक्शी पोतेरा करून टाकलंन. शिमग्याच्या आत गणपतीच्या सणाना गावी आली, की कसल्या कामाला म्हून हात लावीत न्हाय, तिला घडाघडा कुणाशी बोलायला बी नकु. दोन दिस गावी ऱ्हायली की, लगीच न्हवऱ्याला चला म्हून घाई करील. माझ्या बावानं पिरेम करून तिच्याशी लगीन केलंय. तवा त्वाँडाची वाफ दवडून त्याचा काम उपेग?"

“चंद्री, आपल्या वक्ताची गोष्ट येगळी व्हती. येक मूल झालं तरी आपल्याला तवा बोलायला भीती वाटत होती. आता बोलूनसुदीक त्याचा काय बी उपेग न्हाय. मी सरणावर गेल्यावर धाकटा मना अग्नी तरी द्यायला यील काय?”

म्हाताऱ्याचं बोलणं ऐकून म्हातारीचं काळजात एकदम ‘धस्सं’ झालं. तिनं कसनुसं तोंड केलं आणि ती त्याला दटावीत लगेच म्हणाली,

“अवं, सांजावल्या वक्ताला असं काळजात आग पडल्यागत बोलू नुका. तुमाला माजी आन हाय बगा. मना आहेव मरान येवू दी. झोलाई देवीला माझी तशी हात जोडून पारथना हाय.”

म्हातारीचे खोल गेलेले डोळे पाण्यानं भरले होते. आयुष्यभर ती म्हाताऱ्याची सावली बनून त्याला तिनं सोबत केली होती. म्हातारा तिची समजूत घालीत म्हणाला,

“चंद्री, पिकलं पान कवातरी गळणार हाय. माझ्या थोरल्या लेकानं मना अजून पावोत काय कमी केलंन न्हाय.”

“आयकलाव, माज्या थोरल्या लेकाची सर गावात कुनाला बी यायची न्हाय. म्हैन्या दोन म्हैन्यांनी तरी आपल्याला बगायला त्याची गावी फेरी असत्ये. माझा गणपत लई गुणाचा हाय. आला की घरात स्वस्थ बसणार न्हाय. नांगराला गडी बगील, घरावयली फुटलेली कौलं सोता वर चढून लावील. सुपारी म्हणू नका, जवारी, काडेपेटी पास्नं समद्या जिन्नसा घरात येकदम भरून ठेवील. माज्या गणपतला सुकटाचं कालवान भारी आवडतं. म्हून त्यो येताना किलुभर तरी सुकाट दरवेळी घेऊन यील. गावातली मान्सं म्हणत्यात, की तुजा ल्योक गणपत म्हणजे दशरथ राजाचा मुलगा राम हाय. माज्या बावाला माजं समदं आयुक्श मिळू दी.”

चंद्री म्हातारी दाटल्या कंठानं थोरल्या लेकाचं कौतुक करीत होती. तिला आता भडभडून आलं होतं. म्हातारा तिला सोडून गेला होता. आता मागे फक्त त्याच्या आठवणी उरल्या होत्या. त्या आठवणींच्या आधारानं आता तिला तिचं उरलेलं आयुष्य घालवायचं होतं. माणसाला डोंगराएवढं जरी दु:ख असलं तरी कालौघात त्याची धार अगदी बोथट होत असते, काळ कुणासाठी थांबत नाही. आणि तो कुणालाही दयामाया दाखवीत नसतो. त्याच्या नियमांचं तो अगदी कठोरपणे पालन करीत असतो.

म्हातारा सोडून गेल्यावर चंद्री म्हातारीनं थोड्याच दिवसांत स्वत:ला सावरलं. आता ती पोटात दोन घास टाकत होती. त्यामुळे काठी टेकत तिला गावात फिरता येत होतं. सकाळी उठल्यावर म्हातारी तिच्या म्हाताऱ्याच्या तसबिरीला उदबत्ती दाखवून जास्वंदीची फुलं वाहायची. मग दोन्ही हातांत पदर धरून पाया पडायची.

तिला त्या घरात नेहमी असं वाटायचं, की म्हातारा आपल्याला सोडून गेला नाही, त्याची सावली नेहमी आपल्या सोबत असते आणि त्याचा आत्मासुद्धा या घरात घुटमळत आहे. 'मुलांना आधार देण्यासाठनं आपल्याला आता जगायला हवं.'

चंद्री म्हातारी मुळात काटकसर करून जगणारी. उधळपट्टी केलेली तिला मुळीच आवडायचं नाही. सकाळी अंघोळ करून तुळशीला लावलेली उदबत्ती अर्धी जळल्यावर म्हातारी ती जमिनीवर घासून विझवायची नि दुसऱ्या दिवशी जास्वंदीची फुलं वाहून झाल्यावर तुळशीच्या कट्ट्यावर लावायची. एक उदबत्ती ती दोन दिवस तरी पुरवायची. सकाळी जेवण झाल्यावर चुलीतील राखेत विस्तू पुरून ठेवायची, रात्री त्या विस्तवानंच चूल पेटवायची. रस्त्यावरून चालताना तिला सुतळीचा तोडा दिसला, तर ते ती घरी घेऊन यायची. परंतु तिच्या घरी कोण पाहुणा म्हणून आला तर ती त्याला चहा दिल्याशिवाय पाठवायची नाही. दुपारची वेळ असेल तर त्याला चुलीवर शिजवून आमटी-भात जेवायला घालायची. कुणी संकोच करून 'नकोऽऽ नको' म्हणू लागले, तर ती त्याला म्हणायची,

"बावा, आपल्याकडं तशी रीत हाय म्हून मी करत्ये. माझ्या म्हाताऱ्यानं मला सांगून ठेवलं होतं, की आपल्या घरी आलेल्या मान्साला कंधी रिकाम्या हातानं पाठवायचं न्हाय. त्याला च्या चा घोट तरी पाजायचा."

म्हातारीला पाणी आणायला जमणार नाही म्हणून तिच्या मुलानं घरात पाणी भरायला एक दहावीत शिकत असलेली मुलगी ठेवली. तिचं नाव कविता असं होतं. तिच्या घरची फार गरिबी होती. शाळेतून आल्यावर ती चंद्री म्हातारीला घरकामातदेखील मदत करीत असे.

एकदा चंद्री म्हातारी काठी टेकत बाहेर गेली होती. ती संधी साधून कविता मला तिची तक्रार करीत हळू आवाजात म्हणाली,

"भाऊ, म्हातारी दिसते तशी नाही. मला ती त्रास करत्ये. जेवताना मी कधी तिला कांदा मागितला तर ती मला रागानं म्हणते, 'कांदा खायला तू काय बाप्याच्या जल्माला आलीस काय?' कांदा काय फक्त बाप्यानंच खायाचा असतो? कधी मी घरात एकटी असले, की मी काय करत्ये ते बघण्यासाठी ती मांजराच्या पावलांनी येत्ये. मी तिच्या घरात चोरी तर करीत नाही ना? असा तिचा माझ्यावर संशय आहे. तिनं मला बजावून ठेवलंय, की पुरुषाशी बोलताना कधीही हळू आवाजात बोलायचं नाही, मोठ्या आवाजात बोलायचं. माझ्या घरी आई-वडिलांनी सुद्धा मला कधी बंधनात ठेवलं नाही. माझ्या घरी गरिबी आहे. दहावी पास झाल्यावर मी रत्नागिरीला जाऊन नर्सिंग कोर्स करणार आहे. माझ्या शाळेचा खर्च भागविण्यासाठी मी हिच्याकडे

काम करत्ये.''

मला सांगत असताना कविताचे डोळे पाण्यानं भरले होते. चंद्री म्हातारी जुन्या वळणाची असल्यानं ती तिला धाकात ठेवण्यासाठी प्रयत्न करीत होती. त्यामुळे तिच्याबद्दल कविताच्या मनात द्वेष निर्माण झाला होता.

मी कविताची समजूत घालीत म्हणालो,

''कविता, तू म्हातारीचं काहीही मनावर घेऊ नकोस. ती जरी तोंडानं फटकळ असली, तरी मनानं फार चांगली आहे. तुला ती तिच्या मुलीची माया लावत्ये. तुझ्या पाठीमागे ती माझ्याजवळ तुझी नेहमी कौतुक करीत असत्ये. तुला नर्सिंग कोर्स करायचा आहे ना? मग थोडं सहन करायला तुला शिकलं पाहिजे.''

माझं म्हणणं तिला पटलं. चंद्री म्हातारीबद्दल असलेला तिच्या मनातील राग थोडा कमी झाला. नंतर ती म्हातारीबरोबर जुळवून घेऊन वागू लागली. म्हातारीला त्याचं आश्चर्य वाटलं.

चंद्री म्हातारीला दोन सुना होत्या. ती नेहमी धाकट्या सुनेच्या नावानं बोटं मोडायची. परंतु मोठ्या सुनेची गावात गोडवे गायची. धाकट्या लेकानं प्रेमविवाह केला म्हणून ती त्याच्यावर रागावली होती. परंतु त्याची बायको गरोदर असल्याचं कळताच ती डोक्यावर ऊन घेऊन तिच्यासाठी गावठी तुपाची बाटली आणण्यासाठी धनगर वाडीला गेली. दुसऱ्या दिवशी लक्ष्मण सोनार मुंबईला जाणार होता. त्याच्या हातात तुपाची बाटली देऊन ती त्याला कापऱ्या आवाजात म्हणाली,

''बावा, माझी धाकली सून गरूदर हाय. तवा तू तिला येवडी गावठी तुपाची बाटली नेवून दे. तिला सांग की, गावाकडल्या तुज्या सासूनं तुला तुपाची बाटली पाठवलंन हाय म्हून. माझा मरून गेलाला म्हातारा तिच्या पोटी जल्माला येणार हाय. कल माझ्या सपनात येवून मला त्यानं सांगितलंय.''

धाकटी सून गरोदर आहे म्हणून म्हातारीला त्याचा खूप आनंद झाला होता. पाऱ्याप्रमाणे म्हातारीचा तिच्या वरील राग उडून गेला होता.

चंद्री म्हातारीचा तिनं लावलेल्या झाडांच्यावर भारी जीव होता. पोटच्या मुलाप्रमाणे तिनं झाडांना पाणी घालून वाढविलं होतं. साग, फणस, आंबा, नारळ, पोफळी इत्यादी झाडं तिच्या मालकीची होती. तिच्या घरालगत असलेल्या फणसाचं झाड कोर्टाच्या निवाड्यात गेलं, तसं तिचं काळीज करपून गेल्याप्रमाणे ती तळमळू लागली. त्या फणसाचा बुंधा दोन माणसांच्या कवेतसुद्धा मावत नव्हता. तुकाराम चव्हाण यानं तिच्या म्हाताऱ्याला कोर्टाची पायरी चढायला लावली होती. म्हातारी त्याला बोटं मोडून शिव्या द्यायची, 'त्याच्या वंशाचा बी दिकून या गावात ऱ्हानार

न्हाय, त्याची बायकु लवकर रांडमुंड व्हईल. या राम खंडात त्याचं कंधी चांगलं व्हनार न्हाय.'

दारात म्हाताऱ्यानं शेवग्याचं झाड लावलं होतं. शेवग्याच्या झाडाला मोहोर आला, की म्हातारीचे खोल गेलेले डोळे आनंदानं चमकायचे. थोड्याच दिवसांत त्या झाडाला फूट-दीड फूट लांबीचा हिरवागार शेवग्याच्या शेंगा वाऱ्यानं हलू लागायच्या. म्हातारी हातात गरकाठी घेऊन रोज दोन-तीन शेंगा काढायची नि डाळीच्या कालवणात त्याचे तुकडे करून टाकायची. त्या शेंगा चवीला भारी गोड लागत असत. म्हातारीच्या घरासमोरूनच ग्रामपंचायतीचा डांबरी रस्ता जायचा. गावातील जाणारी-येणारी माणसं त्या शेवग्याच्या झाडाकडे आशाळभूत नजरेनं पाहत असत. परंतु शेवग्याच्या शेंगा म्हातारीकडे मागायला त्यांचं धाडस होत नसे. शेवग्याच्या झाडाला लांबुडक्या हिरव्यागार शेंगा लगडल्यापासून जाता-येता माणसं म्हातारीला हाक मारू लागले,

"ए म्हातारे, ब्वेस हाईस ना?"

"आरं माझ्या सोन्या, तू माझा भाचा हाईस ना? तू रोज या रस्त्यानं जात-येत अस्तूस. पर तू मना कंधी साद घातली न्हाईस."

"कामाची गडबड असत्ये, तवा इसरायला होतं. तवा तू मनात राग धरू नकुस."

"मंगं, माझ्या घरावरलं कवाल फुटलं व्हतं. तवा तुला मी निरुपावर निरुप धाडला. तू काय आला न्हाईस. माझा थोरला ल्योक आला तवा त्यानं ते कवाल घरावर चढून बशीवलं. चंद्री म्हातारी जगली की मेली तू कंधी इचारत्युस. आज तुला माझी सय कशी झाली?"

"म्हातारे, माझं लई चुकलं बग."

"तू मला आज साद घातलीस, मी भरून पावले."

"आता मी तुला रोज साद घालीन."

"खरं बोल्त्युस सोन्या तू?"

"आक्शी खरं. माझी बायकु पोटुशी हाय. तिला शेवग्याच्या शेंगा भारी आवडतात. चार शेंगा काढून घेऊ का?"

"माझ्या बावा काड रं. मला बी दोन शेंगा काड."

चंद्री म्हातारी त्याला मायेनं म्हणाली.

म्हातारीची परवानगी मिळाल्यावर तो झाडावर चढायचा आणि वीस-पंचवीस शेवग्याच्या शेंगा तोडून खाली टाकायचा. एक-दोन महिन्यांत झाडावरील शेंगा संपल्या की, म्हातारीला रस्त्यावरून जाता-येता कुणी हाक मारीत नसत, तेव्हा ती

एकदा निराश होऊन मला म्हणाली,

"भाऊ, या जगात कुणी कुणाचं न्हाय. शितं असली की भुतं जमतात बगा."

शेवग्याच्या शेंगाचा हंगाम संपला, की म्हातारी उदासपणे त्या झाडाकडे पाहात राही. म्हाताऱ्यानं ते झाड लावल्यामुळे तिचा आत्मा त्या झाडामध्ये गुंतला होता.

म्हातारा हयात होता तेव्हाची एक घटना म्हातारीला अजून लख्ख आठवत होती. शेवग्याचा हंगाम संपल्यावर गावातील लोक तिच्याकडे कुणी फिरकेनासे झाले. ते झाड एकदम रांडमुडं बाईगत ओकंबोकं झालेलं दिसत होतं. म्हातारीच्या डोक्यात कसली तरी सणक भरली होती. तिचा राग एकदम उफाळून आला होता. तिनं हातांत परजलेली धारधार कुऱ्हाड घेतली आणि ती दात-ओठ चावून शेवग्याच्या बुंध्यावर घाव घालू लागली. म्हाताऱ्यानं तिला पाह्यलं. तो धावतच तिच्या जवळ आला. म्हातारीच्या हातातील कुऱ्हाड हिसकावून घेत त्यानं आवाज मोठा करून तिला विचारलं,

"चंद्री, तुला काय याड लागलंय व्हय? झाड का तोडत्येस?"

"माझा राग या झाडावं न्हाय."

"मंग?"

"हलकट मान्सावं हाय."

"त्यांचा राग तू ह्या झाडावं का काडायला लागलीस? येवडे दिस शेंगा खाल्ल्यास त्याची वाईच जाण ठिव. असं कुणाचा राग कुणावं काडायचा नस्तो. म्हातारी झालीस पर तुला कळत कसं न्हाय."

"अवं, हे झाड तोडून टाकलं की माझ्यावं कुणी खोटी माया करणार न्हाय, कुणाच्या ग्वॉड बोलण्याला मी कधी फसणार न्हाय, शेवग्याच्या झाडानं शेंगा आलेल्या बगितल्या, की माझे भाचे, पुतणे, दीर, ननंदा, जावा माझ्या घरला मला साद घालीत येतात आणि झाडावरल्या शेंगा सपल्या की, त्यांची त्वॉंडं काळं करतात."

"चंद्री, तुला ठाव हाय? फळ देणारं झाड म्हंजी एकुद्या गर्भार बाईगत अस्तं. त्याचा जीव घेणं म्हंजी महापाप. नरकात दिकून जागा मिळत न्हाय."

"मला समदं कळतयं वं. पर रागाला डोळं नसतात. माझा जीव ह्या झाडात हाय."

म्हातारीनं डोळे गाळीत आवेगानं शेवग्याच्या झाडाला मिठी मारली. म्हाताऱ्यानं गोड बोलून तिची समजूत घातली. आणि तिला हातातला धरून त्यानं घरात आणलं. बऱ्याच वेळानं चंद्री म्हातारी शांत झाली.

तलाठी कार्यालयात गावातील अनेक माणसं त्यांच्या कामासाठी येत असत. कुणाला रेशन कार्ड हवं असे, तर कुणाला ७/१२, ८ अ च्या नक्कला हव्या असायच्या, कुणाला संजय गांधी निराधार योजनेतून आर्थिक मदत हवी असे. अशा एक ना अनेक कामासाठी माझ्याकडे माणसं येत असत. त्यांच्या खाजगी अडीअडचणी सुद्धा स्त्री-पुरुष विश्वासानं माझ्या कानावर घालीत. त्यांच्या गाऱ्हाणी चंद्री म्हातारी भिंतीला कान लावून ऐकायची. तिला त्यात भलता आनंद वाटे. मला ते नंतर कळलं होतं.

दुपार झाली होती. मी डबा खाण्याचा विचार करीत असताना एक पस्तिशी उलटलेली बाई ऊन डोक्यावर घेऊन माझ्या ऑफीसमध्ये आली. तिचं नाव चंद्रकला सखाराम जागडे असं होतं. ती विधवा होती. संजय गांधी निराधार योजनेतून तिला आर्थिक मदत हवी होती. मी तिचा अर्ज लगेच भरून घेतला. डॉक्टरकडून वयाचा दाखला तिला आणायला सांगून मी तिची पाठवणी केली. ती निघून गेल्यावर थोड्या वेळानं दबक्या पावलांनी म्हातारी आत आली आणि आवंढा गिळून मला म्हणाली.

"भाऊ, या बाईचं तुमी काम करू नका. तिचं भाव म्वॉप पैकेवाले हाईत. तिला ते काय बी कमी पडू देत न्हाय, ही भांडकुदळ हाय, भावजया हिला खपत न्हाईत, तिचं लगीन झाल्यावं येका वर्साच्या आत न्हवरा गेला. पांढऱ्या पायाची हाय वस्साड मेली."

म्हातारीनं माझ्या कामात लुडबुड केलेलं मला आवडलं नाही. मी तिला थोडं गुश्शातच म्हणालो,

"आजी, मी तुम्हाला एकदा सांगितलं होतं, की लोक मला जी गाऱ्हाणी सांगतात, ते तुम्ही ऐकू नका म्हणून."

माझं बोलणं ऐकूण चंद्री म्हातारी मनात थोडी ओशाळली. माझा राग घालविण्यासाठी ती मला म्हणाली,

"भाऊ, तुमी माझ्या लेकावाणी हाव. मान्सं जसं सांगतात, तसं ते नस्तं बगा. तुमी या गावात नवीन हाव. जीव ऱ्हात न्हाय म्हून मी तुमास्नी सांगत्ये. तवा तुमी मनाला वंगाळ वाटून घेऊ नका. तुमी डबा खाल्लाव?"

"अजून नाही. आता खाणार आहे." मी.

"मंग मी तुमास्नी वाईच वांग्याची भाजी आणून देवू?"

"नको." मी संकोच करीत म्हणालो.

"तुमाला कंधी काय आणून दिलंन, तर तुमी नको ऽऽ नको करताव. अवं, आपला शेजारधर्म हाय ना?" म्हातारी थोड्या लटक्या रागानंच मला म्हणाली.

म्हातारी तोंडानं बडबड करीतच तिच्या घरात गेली. एका स्टीलच्या ताटात तांदळाची भाकरी, वांग्याचं भरीत, आमटी, भात आणि निखाऱ्यावर खरपूस भातलेलं उडदाचं पापड इत्यादी पदार्थ घेऊन ती लगेच आली. भरलेलं जेवणाचं ताट माझ्या समोर ठेवून ती मला मायेनं आग्रह करीत म्हणाली,

"भाऊ, हात धुऊन आधी जेवायला बसा. जेवान गरम हाय."

"एवढं सगळं मी एकटा कसा खाणार?"

"खा तुमी. कंधी तरी म्हातारीची आठवण काडाल." ती मला दटावीत म्हणाली.

म्हातारीचा आग्रह मला मोडवेना. मी हात धुऊन जेवायला बसलो. तिच्याशी बोलता बोलत मी ताटातील सर्व पदार्थ संपविले. मी पाणी पिऊन जेवणाचं खरकटं ताट धुऊ लागलो, म्हातारी पुन्हा मला लटक्या रागानं खडसावीत म्हणाली,

"भाऊ, ताट धुऊ नका. आधी हिकडं आणा बगू. चंद्री म्हातारी अजून जिती हाय."

म्हातारीनं माझ्या हातातील ताट जवळजवळ हिसकावूनच घेतलं आणि ती तिच्या घरात सावकाश पावलं टाकीत निघून गेली. दुपारचं जेवण छान झाल्यामुळे मी समाधानानं तृप्तीचा ढेकर दिला.

■■■

१६

अण्णा

जन्माला आलेला प्रत्येक माणूस त्याच्या जीवनात सुखदु:खाच्या फेऱ्यात अडकलेला असतो. आयुष्य जगताना डोंगराएवढं दु:ख पचवून हसत हसत जगणारी माणसं कमी नाहीत. कोसळणाऱ्या संकटामुळे जगण्याला लखलखीत तलवारीप्रमाणे धार येत असते, हे त्या माणसांनी ओळखलेलं असतं. एवढं मात्र खरं आहे की, जर जीवनात थरार असेल, तरच त्या जगण्याला अर्थ असतो. ते जीवन सार्थक होत असतं. नाहीतर ते जगणं म्हणजे मीठ न घातलेलं अळणी बेचव जेवण. जेवल्यानंतरसुद्धा माणसाला त्याचं समाधान वाटत नाही.

दु:खाला मातीत गाडून मजेत कसं जगावं, याची उपजत कला डोळे गेलेल्या अंध पांडुरंग आबाजी शिंदे याला चांगली अवगत होती. फिनिक्स पक्षी राखेतूनसुद्धा उभा राहतो. त्याची जीवनातील धडपड त्या फिनिक्स पक्ष्याप्रमाणेच होती. त्याच्या पोटातील दु:ख तो सहसा कुणापुढे सांगत नसे. त्याचा चेहरासुद्धा हसतमुख होता. म्हणून की काय दु:खातसुद्धा हसत कसं जगायचं असतं, याचा जणू वस्तुपाठ तो लोकांना देत होता. त्याचं पाळण्यातील नाव जरी 'पांडुरंग' असं असलं तरी त्या नावानं त्याला गावात किंवा त्याच्या घरात कुणीही साद घालीत नसत. त्याला लहान-थोर 'अण्णा' या नावानं साद घालीत. त्या नावात प्रेम, आत्मीयता आणि जिव्हाळा अगदी ठासून भरलेला होता.

त्याचं वय चाळिशीच्या दरम्यान होतं. सडपातळ बांधा, गोरापान चेहरा, गालफाडं बसलेली. त्याच्या डोळ्यात ठार अंधार होता. त्याच्या डोक्यावर चांदीच्या रूपयाएवढं छान टक्कल पडलं होतं, त्याची उंची साडेपाच फूट होती.

त्याच्या डोळ्यांत ठार अंधार असला तरी त्याचं काळजात ठसठसणारं दुःख

त्याच्या चेहऱ्यावर कधी दिसत नसे. त्याच्या अंगावर फक्त बिनबाह्याची सफेद बनियन आणि नाडीची चट्ट्या-पट्ट्याची लांडी चड्डी असायची.

काळ मोठा कठोर असतो. तो कुणाच्या प्रेमात पडत नाही अथवा भावनाविवश होऊन कुणालाही दयामाया दाखवीत नाही. उभ्या पिकात मुसंडी मारून शिरलेल्या ढोराला कुणीतरी काठीनं दांडकून शेताच्या बाहेर काढावं, तसं ऐन तरुणपणात मजेत जगताना त्याच्या डोळ्यांना रक्तपुरवठा करणाऱ्या रक्तवाहिन्या सुकल्यामुळे त्याला अंधत्व आलं होतं. त्याच्या डोळ्यांत काळोख दाटण्याच्या आधी अण्णानं हे जग पाहून घेतलं होतं. पावसाळ्यात दुथडी भरून वाहणारी डूबी नदी, चकदेवचा उंचच्या उंच डोंगर नि त्यावरील पांडवकालीन कातळ फोडून खोदलेली लेणी. नदीच्या काठाला असलेली खलाटीची हिरवीगार भातशेती, भाताची लावणी करताना पावसाळ्यात चिखलात फिरणारा बैलांचा नांगर. भल्लरी गात, चेष्टा-मस्करी करीत मळणी काढणारी माणसं त्यानं त्याच्या डोळ्यांनी पाहिलेलं होतं. आकाशातील चंद्र, सूर्य, लुकलुकणाऱ्या अगणित चांदण्या अजूनसुद्धा त्याला त्याच्या डोळ्यांसमोर दिसत.

अण्णा पडवीत काथ्यानं घट्ट विणलेल्या माच्यावर विचार करीत बसला होता. बराच वेळ एके ठिकाणी बसल्यामुळे त्याला त्याचा कंटाळा आला. तो लगेच बसल्या जागेवरून उठून उभा राहिला, पाठीमागे हात धरून तो पडवीतल्या पडवीत शतपावली घालू लागला. अण्णाचे कान सशासारखे तीक्ष्ण असत. झाडावर पडलेल्या पानाचादेखील त्याला आवाज ऐकू येत असे. मागच्या परसवनात एखादी चुकार गाय शिरली की, अण्णाला त्याचा आधी वास लागतो. मग तो शिरा ताणून ओरडायचा. “ये ऽऽ वैने ऽऽ, अगो, आपल्या परसवणात कुणाची तरी गाय शिरली बग. तिला तू आधी दांडकून बाहीर काड. न्हायतर ती व्यायलेली केळी खाऊन टाकील.” त्याचा आवाज कानावर पडताच त्याची वहिणी स्वयपाक खोलीतून त्या गायीला हाकलायला धावत जायाची.

अण्णा माणसाच्या पावलांच्या आवाजावरून त्याला लगेच ओळखायचा. तो नेहमी पडवीत माच्यावर बसलेला असे. त्याच्या कानावर पावलांचा आवाज पडल्यावर तो दरवाजाकडे तोंड करून मोठ्या आवाजात त्याच्या वहिनीला हाक मारायचा, “वैनी, पाणी घेऊन ये, पांडु गुरव आलाय.” अण्णाच्या हातात एखाद्या झाडाचं पान दिलं, तर तो त्या पानाच्या वासावरून आणि त्याच्या आकारावरून तो ते पान बरोबर ओळखत असे. लोकांना त्याचं खूप आश्चर्य वाटे.

माझं तलाठी कार्यालय अण्णाच्या घरातील एका खोलीत होतं. संध्याकाळी ऑफीस बंद करून त्याची चावी माझ्याकडून हरवू नये म्हणून मी अण्णाकडे

ठेवायला देत असे. अण्णा ती चावी भिंतीवर एका खिळ्याला बयजवार अडकवून ठेवी. सकाळी मी ऑफीस उघडण्यासाठी आल्यावर अंगणातच माझ्या पावलांचा आवाज ऐकून तो मला चावी देण्यासाठी धडपडत भिंतीजवळ जायचा, माझ्या हातांत चावी देत माझी आपुलकीनं चौकशी करायचा,

"भाऊ, बेस हाव ना?"

"मजेत."

"काल देऊळवाडीची मान्सं तुमच्याकडे ७/१२ च्या उताऱ्यासाठी आली होती."

"काल माझी तालुक्याला मीटिंग होती म्हणून मी इकडे आलो नाही."

"आज ती मान्सं परत येतील."

"आज मी माझ्या ऑफिसात आहे. ते लोक आल्यावर मी त्यांना ७/१२ चा उतारा देईन."

आधी मी तोंडातून चकार शब्दसुद्धा काढला नव्हता. माझ्या पावलांचा आवाज अंगणात ऐकून त्यानं मला बरोबर ओळखलं होतं, याचं मला खूप आश्चर्य वाटू लागलं. अण्णाचं शिक्षण सातवीपर्यंत गावातच मराठी शाळेत झालं होतं. शाळेत असताना मुलांच्याबरोबर त्यानं भरपूर उनाडक्या, व्रात्यपणा केला होता, काजू-कलमांच्या उंच झाडांना हात दुखेपर्यंत दगडी मारल्या होत्या, लोकांचे पेरू, काजू आणि आंबे चोरून खाल्ल्यामुळे घरी काठीनं त्यानं मारसुद्धा भरपूर खाल्ला होता. पावसाळ्यात भातलावणीची शाळेला सुट्टी असली, की अण्णा त्याच्या बापाबरोबर शेतात नांगर धरायला जायचा, तेव्हा त्याचा बाप त्याला म्हणायचा,

"पांडुरंगा, तू अजून ल्हान हाईस. तुझ्या हातात साळंत पेन्सुल शोभत्ये. शेतात नांगूर धरायला तुला अजून म्वॉप वकूत हाय रं माझ्या वासरा."

पावसाळ्याची सुट्टी संपली, की अण्णा पाटी-दप्तर घेऊन शाळेची वाट धरायचा. अण्णा शाळेत अभ्यासात खूप हुशार होता. जणू त्याच्या जिभेवर सरस्वती वास करीत होती. पाढे, कविता त्याच्या अगदी मुखोद्गत होतं, कोणतंही कठीण गणित तो हां हां म्हणता सोडवायचा आणि महडिक गुरुजींची तो वर्गात शाबासकी मिळवायचा. महाडिक गुरुजी एकदा त्याला पाठीवर प्रेमानं हात फिरवीत म्हणालेसुद्धा,

"बाळ, एक दिवस तू या शाळेचं नाव मोठं करशील बघ. माझी पूर्ण खात्री आहे."

महाडिक गुरुजींचं बोलणं अण्णानं थोड्याच दिवसांनी सातवीची वार्षिक परीक्षा देऊन खरं करून दाखविलं. संपूर्ण तालुक्यात परीक्षेत त्याचा पहिला क्रमांक आला

होता. गणिताच्या पेपरात तर त्यानं कमाल केली होती. त्याला पैकीच्या पैकी मार्क्स मिळाले होते. त्याचं तेव्हा सर्व स्तरावर अभिनंदन झालं. थोड्याच दिवसांत त्याला त्याच्या गावात पोस्ट मास्तराची नोकरी मिळाल्यानं अण्णा खूश होऊन थोडे दिवस हवेतच तरंगत होता. सुख त्याच्या समोर अगदी दोन्ही हात जोडून विनम्रपणे उभं होतं. त्याचवर्षी जनरल पोस्ट मास्तर पोस्टाची, तपासणी करण्यासाठी गावात आले होते. अण्णाचं सुंदर हस्ताक्षर पाहून ते भलतेच खूश झाले. त्यानं पोस्टाची तपासणी करून उदद् असा शेरा मारला. अण्णाच्या मेहनतीचं चीज त्या एका शेऱ्यानं झालं.

अण्णाकडे पोस्टाची रोकड रक्कम नेहमी असायची. परंतु त्यानं त्या पैशाला स्वत:च्या खर्चासाठी कधीही हात लावला नाही. कितीही मोठा प्रसंग त्याच्यावर गुदरला तरी त्यानं स्वत:हून घालून घेतलेलं बंधन कधी मोडलं नाही. त्याच्या हाताखाली बबन कदम नावाचा पस्तिशीचा इसम पोस्टमन म्हणून काम करायचा, त्याला दारू पिण्याचं बेफाट व्यसन होतं. मुंबईहून लोकांचे मनिऑर्डरनं पैसे आल्यावर तो त्यातून पैसे काढून दारू प्यायचा. गावात बबन पोस्टमनबद्दल हळूहळू लोकांच्या तक्रारी वाढू लागल्या. त्याची लबाडी अण्णाच्यासुद्धा लक्षात आली होती. अण्णा त्याला रागानं सज्जड दम देत म्हणाला.

''बबन, तू लोकांच्या मनिआर्डरीतून पैसे काढतोस. तालुक्याला रिपोर्ट करून मी तुला नोकरीवरून कमी करायला लावतो, तुझ्यामुळे माझ्या गळ्याला- सुद्धा फास लागेल.''

अण्णाचं बोलणं ऐकून बबन घाबरला. त्यानं लगेच त्याची माफी मागितली. अण्णाला त्याची दया आली म्हणून त्यानं त्याचा रिपोर्ट तालुक्याला पाठविला नाही. परंतु बबनच्या स्वभावात काहीही फरक पडला नाही. पुन्हा तो त्याच्या गुणावरच गेला.

लानी (भातकापणी) झाल्यावर गावात थंडीच्या दिवसांत मंगलमय वातावरणात देवळात सप्ताह बसायचा. या सात दिवसांत संपूर्ण गावातच दारू-मटण पूर्णत: वर्ज्य होतं. कुणी गावाचा कायदा मोडण्याचा चुकून जरी प्रयत्न केला, तर पंच एकत्र येऊन कायदा मोडणाऱ्याकडून जबर दंड वसुल करीत आणि ते पैसे गावच्या फंडात जमा करीत असत. ज्यानं तो अपराध केला आहे, त्यानं जर दंड भरला नाही, तर त्याला कोणतीही दया न दाखविता संपूर्ण गाव त्याला वाळीत टाकी. आकाशात पहाटे शुक्राची चांदणी दिसली, की संपूर्ण गाव विठ्ठल-रुक्मिणीच्या देवळात जमायचं. काकड आरती, तुकाराम महाराजांचे अभंग आणि भजन-कीर्तनानं अख्खं गाव भारून जात असे. मंगलमय वातावरण अगदी अणुरेणूत भरून उरायचं.

सप्ताहच्या दिवसांत अण्णाचा मान मोठा. हाडे फोडणाऱ्या थंडीत अण्णा थंड पाण्यानं अंघोळ करून शूचिर्भूत होऊन सर्वांच्या आधी देवळात यायचा. त्याच्या गोऱ्या भव्य कपाळावर, हाताच्या दंडावर भस्माचे पट्टे ओढलेले असत. मुखात विठ्ठलाचं नाव असे. दोन्ही हातात आरतीचं ताम्हण घेऊन तो मोठ्या आवाजात काकडआरती म्हणायला सुरुवात करायचा :

युगे अठ्ठावीस विटेवरी उभा
वामांगी रखुमाई दिसे दिव्य शोभा
पुंडलिकाच्या भेटी परब्रह्म आले गा
चरणी वाहे भीमा उद्धरी जगा ।।१।।
जयदेव जयदेव जय पांडुरंगा
रखुमाई वल्लभा राईच्या वल्लभा पावे जिवलगा ।।धृ।।

अण्णा देहभान विसरून गाऊ लागल्यावर लोक भक्तिरसात पार डुंबून जात असत. काही स्त्री-पुरुष श्रद्धेनं त्याच्या पायावर मस्तक टेकत. तेव्हा अण्णा त्यांना समजावीत म्हणे, "पाया देवाच्या आणि आईवडिलांच्या पडायच्या असतात. माझ्या पाया पडायच्या नसतात." अण्णाला त्याच्या पाया पडलेलं मुळीच आवडायचं नाही.

अण्णाच्या डोळ्यांत आता ठार अंधार असला, तरी तो मधमाशीगत काही ना काही उद्योग नेहमी करीत असे. थोरल्या भावाची मुलं मराठी शाळेत शिकत होती. हा त्यांचा संध्याकाळी अभ्यास घ्यायचा. सावल्या लांबल्यावर तो हातात वाढवण घेऊन संपूर्ण अंगण झाडून स्वच्छ करायचा. नारळाच्या झावळ्यांचा बसल्या बसल्या कोयतीनं शिरा काढून त्याचा इकास वाढवण तयार करायचा. किंवा पाठीमागे हात धरून मुखात देवाचं नामस्मरण करीत पडवीत शतपावली घालायचा.

अण्णाच्या थोरल्या भावाचं नाव तुकाराम असं होतं. दारू पिऊन त्याला अकाली मृत्यू आला होता. नंतर डोळ्यांना रक्तपुरवठा करणाऱ्या रक्तवाहिन्या सुकून गेल्यामुळे अण्णालासुद्धा ऐन तारुण्यात अंधत्व आलं होतं. एकापाठोपाठ एक अशी त्याच्यावर संकटं आली होती. एवढं सारं कमी म्हणून की काय अण्णाची बायको त्याला अंधत्व आल्यावर छोट्या मुलीला घेऊन कायमची घर सोडून तिच्या माहेरी निघून गेली होती. जणू परमेश्वर त्याची सत्त्वपरीक्षा घेत होता, अण्णा त्याच्या छोट्या मुलीचं भारी लाड करायचा. तिचा विरह सहन न झाल्यामुळे तो काही दिवस भ्रमिष्टासारखा वागू लागला होता. नंतर त्यानं स्वत:ला सावरलं. छोट्या मुलीचं विरहाचं दु:ख त्याच्या चेहऱ्यावर कधी दिसलं नाही. बाईचं दु:ख तिच्या डोळ्यांतील अश्रूवाटे बाहेर पडत असतं. पुरुषाचं हृदय रडत असल्यामुळे त्याचा निचरा होत

नाही. अण्णाच्या पुतण्याचं नाव रवी होतं. तो सात-आठ वर्षांचा होता. रवी रोज सकाळी अण्णाला प्रातर्विधीसाठी नदीवर हाताला धरून घेऊन जात असे.

सांजवेळ झाली होती. झाडांच्या सावल्या एकमेकांत मिसळून लांबल्या होत्या. म्हातारी तपकीर ओढीत उंबरठ्याजवळ बसली होती. तिची थोरली सून सुभद्रा ओटीवर मांडी घालून पावटा सोलत होती. मंद पावलं टाकत अण्णा त्याच्या वहिनीजवळ आला. तिच्या समोर मांडी घालून बसत तो तिला म्हणाला,

"वैनी, मी तुला पावटा सोलायला मदत करतो."

"कशाला. तुमी माच्यावर अभंग म्हणत बसा."

"सारखं सारखं अभंग म्हणून माझं तोंड दुखू लागलंय बघ. म्हणून वाईच काम करतो."

"मंग खुशाल पावटा सोलत बसा." सुभद्रा गालात हसत म्हणाली.

म्हातारी विचार करीत नाकात तपकीर कोंबत होती. इतक्यात हरी जांगली रानातून तिची गुरं घेऊन आला. गोठ्यात गुरं बांधून तो म्हातारीला हाक मारून त्याच्या घरी निघून गेला. अण्णा बसल्या जागेवरून झटकन उठला आणि तो फणसाच्या झाडाखालून अंदाजानं चालत त्याच्या गुरांच्या गोठ्यात शिरला. त्याला समोर पाहून मुकी जनावरं धडपडू लागली, मायेनं शेपूट उंचावून त्याचं अंग 'लपलप' करीत चाटू लागली. घुंगऱ्याच्या आवाजानं गोठा जिवंत झाला होता. गाईच्या गळ्यात मायेनं हात घालून अण्णा तिला म्हणाला,

"ठकी, किती जिवाची धडपड करशील. वाईच सबुरीनं घे."

ठकी मायेनं त्याच्या हाताला चाटू लागली. गोठ्यात गोचीड झाली होती. अण्णा गोठ्यातून अंग खाजवीतच बाहेर पडला. पावट्याच्या बिया काढत बसलेल्या सुभद्राला तो आवाज मोठा करून म्हणाला,

"वैनी, अदुगर गुरांस्नी पानी दाव."

"व्हय दावत्ये." सुभद्रा.

"आपल्या गुरांच्या गोठ्यात भारी गोचीड झाल्यात बग, गुरांना दिकून त्याचा तरास व्हत असंल. नंतर तू वाईच निगुडीचा पाला घमेलीत घालून त्याचा धूर कर. त्ये घमेलं वाड्यात (गोठ्यात) न्हेवून ठेव. लगीच गोचीड पळून जाईल बग."

"अण्णा, आधी मी गुरांना पानी दावत्ये, कोमड्या डालते, नंतर वाड्यात निगुडीचा पाला जाळून धूर करत्ये. तुमी पोरांचा अभ्यास घ्या. रवी उनाड झालाय. त्यो अभ्यास करायचं नाव घेत न्हाय." सुभद्रा.

"वैनी, रवी अजून ल्हान हाय, त्याला अजून काय बी कळत न्हाय."

"अण्णा, वाडीतल्या पोरांच्या नादी लागून त्यो घरात घाणेरड्या शिव्या सुदीक द्यायला लागलाय."

"मी त्याला सांगीन कुणाला शिव्या द्यायच्या न्हाय म्हून."

"तोंडानं सांगून त्याचा काय उपेग व्हनार न्हाय."

"मंग?"

"त्याला चांगलं कानफाडायला होवं. मंग तो कुणाला तसल्या शिव्या देणार न्हाय."

अण्णा सुभद्राचं बोलणं ऐकून गालात हसला. सुभद्राचं हातातील काम आटोपलं होतं. बादलीत पाणी घेऊन ती गोठ्यात गेली. अण्णा मागे हात धरून पडवीत पुन्हा येरझाऱ्या घालू लागला. म्हातारी त्याच्या हालचालीकडे भकास नजरेनं पाहत होती. लेकाचा संसार मोडला म्हणून ती पाण्यातून काढलेल्या मासोळीगत आतल्या आत तळमळत होती. आपल्या पश्चात आपल्या अंध मुलाचं कसं होणार, याची चिंता तिला लागली होती. तिच्या खोल गेलेल्या डोळ्यांत दु:खाचे अश्रू जमा झाले होते.

भाद्रपद महिन्यात गावात घरा-घरामध्ये गणेशाचं हर्षोल्लासात आगमन झालं होतं. अण्णा गोड गळ्यानं गणपतीपुढे आरती म्हणत असल्यानं त्याला विश्रांती मिळत नव्हती. वाडीत लोक त्याला गणपतीपुढे आरती म्हणायला घेऊन जात. अण्णा तल्लीन होऊन गोड गळ्यानं गणपतीची आरती म्हणायचा.

सुखकर्ता दु:खकर्ता वार्ता विघ्नाची
नुरवी पुरवी प्रेम कृपा जयाची
सर्वांगी सुंदर उटी शेंदुराची
कंठी झळके माळ मुक्ताफळांची

बाहेर रिमझिम पाऊस पडत असला, तरी मुंबईहून आलेले चाकरमानी एकमेकांची ख्याली-खुशाली विचारण्यासाठी ते वाडीत फिरत होते. अण्णा पडवीत बसलेला असताना भिकू चाकरमानी त्याला रात्रीच्या जेवणाचं आमंत्रण द्यायला आला. अण्णानं त्याचं आमंत्रण स्वीकारलं. वडे आणि गावठी कोंबडीच्या मटणाचा झकास बेत होता. जेवणाची पंगत बसायच्या आधी भिकू दळवी हळू आवाजात अण्णाच्या कानात कुजबुजला,

"अण्णा, याक पेग घेताव काय? इंग्लिश माल हाय बगा. लई भारी हाय."

"नको बा. माझ्या म्हातारीच्या कानावं गेलं, तर ती माझी चारचौघांत दिंडका काडील."

"अण्णा, घाबरू नका. कुणाला काय बी कळायचं न्हाय. सुमडीत कोमडी. लई बेस वाटंल. तुमचा आलेला कट्टाळा पार निगुन जाईल. मी तुमास्नी कुठं रोज आग्रह करणार हाय. माझा मान राखून वाईच घ्या बगू." भिकू त्याचा हट्ट सोडायला बिलकूल तयार नव्हता.

"भिकू, दारू प्यायलं की, ती नोकून ऱ्हात न्हाय."

"त्यावर याक विलाज हाय."

"कोणता."

"जेवान झाल्यावं त्वाँडात लवंग टाकायची. त्वाँडाचा बिलकूल वास येणार न्हाय."

"खरंच. मंग फकस्त घोटभर दे." अण्णा गालात हसत हसत त्याला म्हणाला.

गणेश चतुर्दशीला गणपतीचं विसर्जण झाल्यावर अण्णा मनात एकदम उदास झाला. तो पडवीत माचावर निराश होऊन बसला होता. रात्री म्हातारी त्याला जेवायला आग्रह करू लागली. तो तिला दुःखानं म्हणाला,

"आई, मला भूक न्हाय. तुमी जेवून घ्या."

म्हातारी, त्याला झालेलं दुःख समजत होती. ती त्याच्या पाठीवर मायेनं हात फिरवीत कातर आवाजात म्हणाली,

"अण्णा, गणपती गेला म्हून मनाला लई वंगाळ वाटून घेऊ नकुस. म्होरल्या वर्सीसुदीक त्यो आपल्या घरला येणार हाय.

म्हातारीनं त्याला पुनःपुन्हा आग्रह केल्यामुळे अण्णा कसाबसा जेवायला राजी झाला. म्हातारीनं त्याच्या हाताला धरून त्याला जेवणाच्या खोलीत नेलं. पानं मांडून ठेवली होती. सर्वजण अण्णाची वाट पाहात होती.

भगवान गौतम बुद्धाला ज्याप्रमाणे बोधीवृक्षाखाली तपश्चर्या करून दिव्य ज्ञान प्राप्त झालं होतं, त्याप्रमाणे अण्णाला घरात ओटीवर निवांतपणे बसल्यावर चांगल्या चांगल्या कल्पना सुचत. एकदा अशीच त्याला वाडीत भिशी सुरू करण्याची अगदी छान कल्पना सुचली. त्याच्या वाडीत सर्वजण गरीब शेतकरी होते. अडीअडचणीच्या वेळी त्यांना खोत-सावकाराचे पाय धरावं लागत होतं. मग ते लोक यांच्या अडचणीचा आणि अज्ञानाचा फायदा उठवीत असत. गरीब शेतकऱ्यांच्या दुपिकी जमिनी गहाण ठेवून त्यांना खोत-सावकार भरमसाठ व्याजानं पैसे देत. ते व्याज आणि मुद्दल त्या बिचाऱ्या गरीब शेतकऱ्याला त्याच्या हयातीतदेखील फेडता येत नसे. मग खोत-सावकार त्यांच्या जमिनी घशात घालीत. वर्षानुवर्षं गावात खोत-सावकारांची लबाडी

सुरूच होती. सहन होत नाही आणि सांगता येत नाही, अशी गत गावात शेतकऱ्यांची झाली होती.

वाडीतील लोकांना अण्णाची कल्पना आवडली. त्यांनी त्याची कल्पना उचलून धरली. वाडीत भिशी सुरू झाल्यावर त्यातून गरीब लोकांच्या आर्थिक गरजा भागू लागल्या. कर्ज घेण्यासाठी कुणीही सावकाराचे पाय धरायला जाईनात. तेव्हा त्यांचा धंदा बसला. अण्णाचा एक अलिखित नियम होता. ते प्रत्येकजण वाडीत कटाक्षानं पाळीत. प्रत्येकानं भिशीची ठरलेली रक्कम प्रत्येक अमावास्येला त्याच्याकडे न चुकता आणून द्यायची. कुणी मागे-पुढे करू लागला, तर अण्णा त्याला दमात घेत मोठ्या आवाजात म्हणत,

"किसन, तुझी भिशी चालू ठेवायची की बंद करायची. ते तू मला आधी सांग बगू. तुला दारू ढोसायला पैसे मिळतात आणि भिशीचे पैसे द्यायला तुझ्याकडं नाहीत? हे असं म्होरं बिलकूल चालायचं नाही."

"अण्णा, याच्या म्होरं मी अमुस्या चुकविणार न्हाय." किसन गयावया करीत म्हणायचा.

वाडीत त्याच्याकडे कुणी पैसे आणून दिले, कुणी अजून दिले नाहीत, याची यादी अण्णाच्या अगदी तोंडपाठ असायची. त्यात जवाइतकीसुद्धा चूक आढळायची नाही. त्यानं जरी कसली लिखापढी केलेली नसली, तरी त्याला कुणी फसविण्याचा प्रयत्न करीत नसत. अण्णाची बुद्धी अगदी तेजतर्रार होती.

अण्णानं मला त्याच्या स्वत:च्या डोळ्यांनी पाहिलं नव्हतं. त्याला अंधत्व आल्यावर त्याची आणि माझी त्या गावात गाठभेट झाली होती. मी अण्णाला माझ्या डोळ्यांनी पाहू शकत होतो, तो मला पाहू शकत नव्हता. त्याचं चालणं बोलणं मी न्याहाळत असे. अण्णा रंगात आला की, तो मला त्याच्या बालपणीच्या गमतीजमती सांगून माझं मन रिझवायचा. वाडीतील त्याला कुणी 'अण्णा अमुस्या कधी हाय' म्हणून विचारलं तर तो एक क्षणसुद्धा वाया न घालविता झटकन तारीख, वार आणि वेळ याबद्दल माहिती द्यायचा. कोणत्याही पंचागाची किंवा कॅलेंडरची मदत न घेता तो लोकांना सांगायचा. गावचा एकनाथ गुजर सरपंच त्याला एकदा गमतीनं म्हणाला, 'अण्णा, आपल्या गावाला बामणाची गरज न्हाय. तुमी समद्यांस्नी पुरून उराल."

एकदा मी माझी कातडी बॅग हातात धरून अण्णाच्या अंगणात पाऊल टाकलं. माझ्या पावलांचा आवाज ऐकून पडवीत बसलेल्या अण्णानं मला बरोबर ओळखलं. त्यानं मला घसा खाकरून मोठ्या आवाजात विचारलं,

"भाऊ, आलात?"

“होय.” मी.

“सकाळी परटाचा दिन्या, तुमाला इचारीत होता. त्याचा वाडा (गोठा) मोडलाय.”

“कोठे आहे त्याचा गुरांचा गोठा?” रुमालानं तोंड पुसत मी त्याला विचारलं.

“त्याचा वाडा म्वॉप लांब हाय. तिकडं वागाच्या डोंगरावं त्याचा वाडा हाय बगा. तिकडं तुमी एकटं जाऊ नका, बंड्या कोतवालाला संग घेऊन जावा. दिसा-उजेडी दिकून रस्त्यावं वाग बसलेलं असतात.”

“पंचनामा करायला मला जायला हवं.”

मी थोडा वेळ अण्णाच्या जवळ त्याच्याशी बोलत बसलो. त्याने माझ्यासाठी त्याच्या वहिनीला चहा करायला सांगितलं. नंतर तो दीर्घ नि:श्वास सोडून मला म्हणाला, “भाऊ, माझं एक तुमच्याकडं काम हाय.”

“कोणतं?” मी त्याच्या चेहऱ्याकडे पाहत त्याला विचारलं.

“भाऊ, माझी बहीण ठाण्याला राहत्येय. तिला पत्र पाठवायचंय. मला दिसत न्हाय. तुमी मला पत्र लिहून द्या.”

अण्णा अजीजी करीत म्हणाला.

“मी आता गोठ्याचा पंचनामा करायला जातो. आज संध्याकाळी मी तुम्हाला नक्की पत्र लिहून देईन.”

“ब्येस.” अण्णाचा चेहरा आनंदानं उजळून गेला.

सुभद्रा गरम चहाचे कप घेऊन बाहेर आली. आम्ही दोघं भुरके मारीत चहा पिऊ लागलो. इतक्यात बंड्या कोतवाल माझ्याजवळ येऊन उभा राहिला. चहा घेऊन मी अण्णाचा निरोप घेतला. कोतवालाला सोबत घेऊन मी गोठ्याचा पंचनामा करण्यासाठी तांबडी, मळलेली पाऊलवाट तुडवू लागलो. अण्णाची छबी माझ्या डोळ्यांसमोरून काही केल्या जात नव्हती.

■■■

लेखक परिचय

नाव	-	**रामचंद्र नलावडे**
जन्मतारीख	-	एक जून
शिक्षण	-	बी.ए. (हिंदी)
व्यवसाय	-	महसूल खात्यात कोषागार अव्वल कारकून तथा कार्यकारी दंडाधिकारी या पदावरून स्वेच्छा सेवानिवृत्ती.
पत्ता	-	मु.पो. वेरळ, ता. खेड, जि. रत्नागिरी. पिनकोड ४१५६२१,
भ्रमणध्वनी	-	९६२३९७०६१६

प्रकाशित साहित्य

आत्मकथन	-	(१) दगडफोड्या, २००० (२) झगडा, २००७ (३) रक्तचंदन २०१५
अनुभव कथन	-	(१) माझ्या मना बन दगड, २०१२ (२) एका अस्वस्थ तलाठ्याची डायरी २०१५
संशोधनपर ग्रंथ	-	(१) वडारगाडा, २०११
व्यक्तिचित्रे	-	(१) कोकणची माणसं २०१५
कथासंग्रह	-	(१) जोगवा, १९९४ (२) सुरुंग, २००६ (३) चिरेखाण, २००९ (४) गावकुसाबाहेरील माणसं, २०११ (५) घरकुल, २०१२ (६) अशी पाखरे येती, २०१२ (७) रानभूल २०१५ (८) व्यथाफूल २०१५
कादंबरी	-	(१) लाडी, २००७ (२) पातेरा, २००७ (३) प्रहार, २००९ (४) चंदनवाडी, २०१० (५) थैमान, २०१२ (६) कुरण, २०१३ (७) खोत २०१४

पुरस्कार

१) 'बळी' कथेला उत्कृष्ट कथा पुरस्कार (१९९३)
२) दमाणी साहित्य पुरस्कार (दगडफोड्या, २०००)
३) वडार भूषण पुरस्कार (दगडफोड्या, २०००)
४) धनंजय कीर पुरस्कार (दगडफोड्या, २००३)
५) कै. सौ. कुसूमताई अभ्यंकर साहित्य गौरव पुरस्कार (दगडफोड्या, २००४)
६) कवी अनंत फंदी साहित्य पुरस्कार (लाडी, २००८)
७) अंकुर वाङ्मय पुरस्कार (पातेरा, २००८)
८) कविवर्य नारायण सुर्वे पुरस्कार (पातेरा, २००८)
९) आपटे वाचन मंदिर व इचलकरंजी साहित्य संमेलन स्मृती ट्रस्ट पुरस्कार (झगडा, २००८)
१०) कादंबरीकर ना. ह. आपटे पुरस्कार (चिरेखाण, २०१०)
११) खानदेश कन्या स्मिता पाटील पुरस्कार (चिरेखाण, १०१०)
१२) वारणेचा वाघ साहित्य पुरस्कार (चिरेखाण, २०११)
१३) राधानगरी साहित्य संस्कृती मंच साहित्य पुरस्कार (चिरेखाण, २०११)
१४) शब्दगंध साहित्य पुरस्कार (प्रहार, २०११)
१५) अस्मितादर्श साहित्य पुरस्कार (प्रहार, २०१०)
१६) दिनमित्रकार मुकुंदराव पाटील पुरस्कार (प्रहार, २०१०)
१७) कादंबरीकार र. वा. दिघे स्मृती पुरस्कार (प्रहार, २०११)
१८) आशीर्वाद पुरस्कार (प्रहार, २०११)
१९) लोकमान्य टिळक पुरस्कार (साहित्य क्षेत्रातील उल्लेखनीय कामगिरी करता, २०१०)
२०) कोकण क्रिएटिव्ह फाऊंडेशन पुरस्कार (साहित्य क्षेत्रातील उल्लेखनीय कामगिरीकरता)
२१) पद्‌गंधा प्रतिष्ठान, नागपूरचा सुधा-कुसूम कादंबरी पुरस्कार (चंदनवाडी २०१२)
२२) राजवैभव पुरस्कार (साहित्य क्षेत्रातील उल्लेखनीय कामगिरीकरता, २०१२)
२३) लोकशाहीर अण्णा भाऊ पुरस्कार, राज्य शासन (वस्तू गाडा, २०१३)
२४) आपटे वाचन मंदिर, इचलकरंजी, उत्कृष्ठ? पुरस्कार (थैमान, २०१३)
२५) शब्दवेळ साहित्य पुरस्कार (माझ्या मना बन दगड, २०१३)
२६) मराठवाडा साहित्य परिषदेचा लोकनेता यशवंतराव चव्हाण पुरस्कार (माझ्या मना वन दगड २०१४)
.२७) ख्रिस्ती साहित्य प्रसारक पुणे पुरस्कार (कुरण २०१४)
२८) मृत्युंजयकार शिवाजी सावंत राज्यस्तरीय कादंबरी पुरस्कार (कुरण २०१४)

दगडफोड्या व झगडा या प्रकाशित आत्मकथनावर पीएच. डी. व एम. फिलसाठी संशोधन कार्य. 'जोगवा' या कथेचा कन्नड भाषेत अनुवाद.

www.ingramcontent.com/pod-product-compliance
Lightning Source LLC
LaVergne TN
LVHW060625051026
849519LV00002B/767